ஒரு கிராமத்து நதி

(சாகித்ய அகாதமி விருது பெற்ற கவிதை நூல்)

சிற்பி

நியூ செஞ்சுரி புக் ஹவுஸ் (பி) லிட்.,
41-பி, சிட்கோ இண்டஸ்டிரியல் எஸ்டேட்,
அம்பத்தூர், சென்னை - 600 050.
☎: 044 - 26251968, 26258410, 48601884

Language: Tamil
Oru Graamaththu Nathi
Author: **Sirpi**
N.C.B.H. First Edition: October, 2024
Copyright: Author
No. of Pages: 116
Publisher:
New Century Book House Pvt. Ltd.,
41-B, SIDCO Industrial Estate,
Ambattur, Chennai - 600 050.
Tamilnadu State, India.
Email: info@ncbh.in
Online: www.ncbhpublisher.in

ISBN: 978-81-981059-8-1
Code No. A5213

₹ 130/-

Branches

Ambattur 044 - 26359906, **Spenzer Plaza (Chennai)** 044-28490027
Trichy 0431-2700885 **Pudukkottai** 04322-227773 **Thanjavur** 04362-231371
Tirunelveli 0462-4210990, 2323990, **Madurai** 0452-2344106, 4374106
Dindigul 0451-2432172 **Coimbatore** 0422-2380554 **Erode** 0424-2256667
Salem 0427-2450817 **Hosur** 04344-245726 **Krishnagiri** 04343-234387
Ooty 0423-2441743 **Vellore** 0416-2234495 **Villupuram** 04146-227800
Pondicherry 0413-2280101 **Nagercoil** 04652-234990

ஒரு கிராமத்து நதி
ஆசிரியர்: **சிற்பி**
என்.சி.பி.எச். முதல் பதிப்பு: அக்டோபர், 2024

அச்சிட்டோர்: **பாவை பிரிண்டர்ஸ் (பி) லிட்.,**
16 (142), ஜானி ஜான் கான் சாலை, இராயப்பேட்டை, சென்னை - 14
☎: 044-28482441

All rights reserved. No part of this book may be reprinted or reproduced or utilised in any form or by any electronic, mechanical, or other means, now known or hereafter invented, including photocopying and recording, or in any information storage or retrieval system, without permission in writing from the publishers.

அணைகளை உடையுங்கள்
ஆறுகள் பாடட்டும்

முந்தைய பதிப்புக்கான முன்னுரை

ஒரு கிராமத்து நதி இப்போது தமிழ் வாசகர் நெஞ்சங்களில் எல்லாம் பாய்வது கண்டு மகிழ்ந்துபோகிறேன். பன்னிரண்டு ஆண்டுகளில் 10ஆம் பதிப்பு என்பது ஒரு சாதனை அல்ல. ஆயினும் படைப்பாளிகளுக்குள் ஒரு ஊற்று குறுகுறுக்கத்தான் செய்கிறது.

எனக்கு என் கிராமத்து நதி வெறும் தண்ணீர் ஊர்வலமல்ல. அதன் அசைவு என் தமிழ்; அதன் அலை என் கலை; அதனுள் நானும், என்னுள் அதுவும் கரைந்து கலந்திருக்கிறோம்.

சாகித்ய அகாதமி விருதை எனக்குப் பெற்றுத் தந்த செல்லமான நதியை மானசீகமாய் வணங்குகிறேன்.

என் இளம் நண்பர்கள் அறிவுமதியும் பழநிபாரதியும் இந்த நூலை கிராமிய அழகோடு கொண்டுவர வேண்டுமென்று சொல்லிக் கொண்டே இருப்பார்கள். அவர்களில் பழநிபாரதியின் அன்பான ஈடுபாடு இப்பதிப்பைச் செழுமைப்படுத்தி இருக்கிறது.

புத்தகங்களை வடிவமைப்பதில் தனக்கென்று ஒரு வித்தகத்தை விரல் நுனியில் வைத்திருப்பவர் ஆர்.சி.மதிராஜ். ஒரு கலைக்கூடமாக இப்பதிப்பை உருவாக்கியுள்ள அன்புத் தம்பிக்கு என் பாராட்டுகள்.

நதியின் கரைக்கே வந்து ஆழியாற்றின் அலை நெரிசலை அனுபவித்தபடி இந்நூலை அழகு செய்திருக்கும் இருவருக்கும் நன்றி.

மீண்டும் இதனை வெளியிடும் கவிதா சேது. சொக்கலிங்கம் அவர்களுக்கு நன்றி.

21-12-2012 — சிற்பி
பொள்ளாச்சி

என்.சி.பி.எச். பதிப்புக்கான முன்னுரை

எழுபதாண்டுகளுக்கு மேல் இருக்கும் நான் கவிதை எழுதத் தொடங்கி. அப்போது பெருங் கவிஞர்கள் பலர் காணவும் கேட்கவும் வாழ்ந்திருந்தார்கள். மோனை முத்தமிழ் மும்மதமும் பொழி வேழமான பாவேந்தர் பாரதிதாசன். கத்தியின்றி ரத்தமின்றி வந்த காந்திய யுத்தத்தைப் பாடிய நாமக்கல் கவிஞர், பாரதியாருக்கு முன் பிறந்து தன் கடைசி நாட்களை எண்ணிக்கொண்டிருந்த நாஞ்சில் பாட்டா கவிமணி முதலிய வணக்கத்துக்குரிய கவிஞர்கள் இருந்தார்கள். பாரதியாரை நேரில் கண்ட பன்முக வித்தகக் கவிஞர் சுத்தானந்த பாரதி தலைமையில் கவிதை படைக்கவும் வாய்ப்புப் பெற்றிருந்தேன்.

இளம் நட்சத்திரங்களாக ஒளி வீசிய திருலோக சீதாராம், தமிழ் ஒளி, தமிழழகன், சாமி பழனியப்பன், மு.அண்ணாமலை, பெரி. சிவனடியான், மீ.ப.சோமு எனப் பலருடைய கவிதைகளினூடாக வளர்ந்தேன்.

மரபுக் கவிதையின் இடத்தைப் புதுக்கவிதை கைப்பற்றிய போது தருமு சிவராம், பசுவய்யா, நகுலன், எஸ்.வைதீசுவரன் முதலியோரின் புதுக்குரல்களிடையே வலம் வந்தேன். இதனிடையே கவியரங்குகளின் முற்போக்கு முரசாக அதிர்ந்த ரகுநாதனையும் ஒரு செல்லத் தென்றலாக வலம் வந்த கே.சி.எஸ்.அருணாசலத்தையும் முன்னோடிகளாக வியந்து பார்த்தேன்.

*1963*இல் என் முதல் தொகுப்பு ‘நிலவுப்பூ’ வெளிவந்த போது ‘கவிதை ஒவ்வொன்றும் அமிழ்தாக நான் கண்டேன்’ என்று பாவேந்தர் வாழ்த்து மழை பொழிந்தார். அவருடைய எழுத்துக்களைத் தாங்கி வந்த மணிக்கொடியிலேயே புதுக்கவிதை முளைகட்டி விட்டது, தொடர்ந்து சி.சு.செல்லப்பாவின் ‘எழுத்து’ புதுக் கவிதைக்கு ஒரு செழுமையான நாற்றங்காலாக அமைந்தது. ஏறத்தாழ அதே காலத்தில் வெளிவந்த க.நா.சு.வின் இலக்கிய வட்டத்தில் நான் புதுக்கவிதை எழுதத் தொடங்கி விட்டேன்.

சென்ற நூற்றாண்டின் எழுபதுகளின் தொடக்கத்தில் கோவை வானம்பாடி தன் பயணத்தைத் தொடங்கிய போது அதன் மையத்தில் இருந்த ஞானி, புவியரசு முதலியவர்களுடன் நானும் முதன்மையாகப் பங்காற்றினேன். அந்தக் காலக் கட்டத்தையொட்டி அன்னம் பதிப்பகத்தைத் தோழர் மீரா தொடங்கிய போது அவரோடும் தோளோடு தோள் நின்றேன். முழுமையான புதுக்கவிதை நூலாக என் சர்ப்பயாகம் 1976இல் வெளிவந்தது 'ஒரு கிராமத்து நதி' 1998இல் முதல் பதிப்பாக வெளிவந்தது. 2003ஆம் ஆண்டு சாகித்ய அகாதமி விருது பெற்றது. இன்று அதன் புதிய பதிப்பை (13ஆம் பதிப்பு) என்.சி.பி.எச். நிறுவனத்தின் முதல் பதிப்பாக (2024) வெளியிடுகின்றனர்.

கவிதை என் இலக்கியத் தொடக்கம் மட்டுமல்ல, அதுவே என் தொடர்ச்சியாக நீடிக்கிறது. பூஜ்யங்களின் சங்கிலி, பாரதி கைதி எண் 253. கண்ணாடிச் சிறகுள்ள ஒரு பறவை என வளர்கின்றன நூல்கள். முகநூலில் எழுதப்பட்ட கவிதைகள் முகந்து தீராக் கடல் (2020), கை நழுவும் காலம் (2023), நறிவிலி (2024) என அண்மையில் வெளிவந்துள்ளன.

கவிதை என் மூச்சுக் காற்று, என் சுவாசத்தோடு ஒன்றிக் கலந்தது.

★★★

என்.சி.பி.எச். பதிப்பகத்தோடு சென்ற நூற்றாண்டின் ஐம்பதுகள் முதல் நான் உறவு கொண்டவன். அண்ணா சாலை அண்ணா சிலையருகில் உள்ள ஒரு மாடியில் சின்ன ஊற்றாக பதிப்பகம் இருந்த காலம் தொட்டு அதனுடன் நெருக்கம் பூண்டவன் நான். அதனால் என் நூல்கள் என்.சி.பி.எச். வெளியீடுகளாக வரவேண்டும் என்ற பேரவா எனக்கு உண்டு.

என் திருக்குறள் உரை, மகாத்மா கவிதை நூல், தேனீக்களும் மக்களும் நூல்கள் முன்பே வந்துள்ளன. 2011இல் சிற்பி கவிதைகள் முழுத் தொகுப்பினை இரண்டு தொகுதிகளாகச் சிறப்பாக வெளியிட்டு என்.சி.பி.எச். நிறுவனம் என்னைப் பெருமைப்படுத்தியதை மகிழ்வுடன் நினைவு கூர்கின்றேன். இப்போது ஒரு கிராமத்து நதியை என்.சி.பி.எச். பதிப்பகம் வெளியிடுவது எனக்கு மட்டற்ற மகிழ்ச்சி தருகிறது.

என் நூல்கள் தொடர்ந்து என்.சி.பி.எச். பதிப்பகத்தில் வெளிவர அதன் நிர்வாகக் குழுவும், தலைவர் தோழர் ஸ்டாலின் குணசேகரனும் தரும் ஆதரவுக்கு என் தோழமை மிக்க நன்றி உரியது.

15-09-2024 - சிற்பி பாலசுப்பிரமணியம்

பொள்ளாச்சி

நதியின் கதை

பாலக்காட்டுக் கணவாயின்
தெற்குத் தாழ்வாரத்தில்
பூர்வீகங்களின் மிச்ச சொச்சங்களோடு
இன்னும் வாழ்கிறது
என் கிராமம்

❑

ஆழியாற்றின் கரையில்
ஆத்துப்பொள்ளாச்சி கிராமம்
நதிப்பெண்ணின் கன்னத்தில்
ஒரு திருஷ்டிப் பொட்டாக

தெருக்கள் என்று பெயர் சூடும்
உருக்குலைந்த புழுதித் தடங்கள்
தாடகைக்குப் பல் முளைத்ததுபோல்
தாறு மாறாக வீடுகள்

அவசரம் எதுவும் இல்லாமல்
நிதானமாய் நடந்து
நின்று பேசி
சாவகாசமாய் வாழும் மனிதர்கள்

பாழாய்ப்போன கட்சி அரசியலும்
படையெடுப்பு நடத்தியிருக்கும்
தொலைக்காட்சியும்
அங்கங்கே அழுக்கை இழுக்கியிருந்தாலும்
சராசரி வாழ்வில்
தும்பைப் பூ மனிதர்கள்

வெளுத்ததெல்லாம் பால் என்று
நம்பியிருந்தவர்கள் இடையே
கிடைத்ததெல்லாம் லாபம் என்று
சிலர் ஊடுருவி விட்டனர்

நாற்பது ஐம்பது
ஆண்டுகளுக்கு முன்னால்
பார்த்த மனிதர்கள் சிலர்
பதிவாகியுள்ளனர்

அங்கங்கே
ஒட்டும் வெட்டும் செய்து
ஒழுங்குபடுத்தி இருக்கிறேன்

❑

அழிகிற கிராமத்துப் பண்பாடு
பிழிகிறது மனதை
எல்லாவற்றுக்கும் சாட்சியாய்
'எனக்கென்ன' என்று
அவலத்தை மறைத்துக்கொண்டு
தன் பாட்டுக்குப் போகிறது
அந்தக் கிராமத்து நதி

○

ஒரு கிராமத்து நதி

எங்கிருந்து வருகிறது
இந்த நதி?
    மலைகளின்
    மௌனம் உடைந்தா?
    முகில்களின்
    ஆடை கிழிந்தா?
    வனங்கள் பேசிய
    இரகசியங்கள் கசிந்தா?

இல்லை...
    என்னிலிருந்து...
    என் அந்தரங்கங்களின்
    ஊற்றுக்கண் திறந்து
    என் மார்புகள்
    புல்லரித்து
    என் ரத்தக் குழாய்களில்
    புல்லும் பூவும் மணந்து
    என்னை முழுக்காட்டி
    என்னையே கரைத்துக்கொண்டு...

அங்கிருந்து வருகிறது
இந்த நதி.
ஓடும் பாம்பை மிதித்துக்கொண்டும்
புல்லாங்குழல்கள் ஊதிக்கொண்டும்
ஆடித்திரியும் சின்னக் கண்ணன்கள்
இங்கும் உண்டு
இது என் யமுனை...

அலுத்துப் படுக்க
அரிச்சந்திர மயானமும்
நெருப்பில் குளித்த மிச்சங்களை
பனிக்குடத்தில்

பவித்திரமாய் ஏந்தும்
ஈரக் கருப்பையும் இதனிடம் உண்டு
இது என் கங்கை...

அண்டை மாநிலத்துக்குச்
சண்டைகள் போடாமல்
போகிறது
இது என் காவிரி...

❏

உப்பாறு இதனுள் சங்கமிக்கும்
பாலாறும் கூட.
இது என் உதிரத்தின் உப்பு
இது என் தாய்ப்பால்

படிக்காத இதிகாசங்களும்
எழுதி முடிக்காத சரித்திரங்களும்
இதன் கரையில்...

❏

பாறைகளைச்
சிற்பமாக்குகிற பழக்கம்
இதன் அலை நுணுக்கம்.
பகல்களில்
நகரும் ஓவியம்
இரவுகளில்
தொலைதூரக் காற்றின்
நாதசுரத்துக்கு அசையும்
பாதசரம்.

❏

தானும் உணவாகி
மீனும் உணவாகும்
இந்த நதிக்கு
நானும் உணவாவேன்

❏

இது
நான் தவழ்ந்த கோரைப்பாய்
முகம் பார்த்த கண்ணாடி
என் காதலின் வீணை
ஏகாந்தங்களின் பள்ளியறை
பெருமூச்சுகளின் பந்தய மைதானம்

பாரங்கள் தாங்காது வழியும்
பெரிய கண்ணீர்த் துளி
நினைவுகளைப் பொதிந்துவைத்த
வெள்ளித் தாள்

துயரங்களின் கால்வாய்
சந்தோஷங்களின் சமுத்திரம்

என் நீல ரத்தம்
என் ஆதிக் கவிதைகளின்
தொப்புள் கொடி
அந்திமச் சாசனத்தின்
ஏட்டுச் சுவடி

காலங்களின் தோளில்
பவனி வரும் இந்த மகாகவிதையில்
எழுத்துக்களுக்கு இடையே
தேங்கும் மௌனம்
நான்.

தெற்கு வளவுப் பாட்டையா

விடுமுறையில் ஊருக்குப் போனபோது
    'படுத்த படுக்கையாயிட்டாரு
    தெற்கு வளவு அப்பாரு*
    பாத்துட்டு வந்துருப்பா...'
கவலை கப்பிய முகத்துடன்
சொன்னாள் அம்மா.

மின் விளக்கு வராத காலம்
கமறிக் கமறி எரிந்த அரிக்கன் விளக்கு
ஆடி ஆடி அசைந்த வெளிச்சத்தில்
கண்களை மூடிக் கிடந்தார் அவர்.

பெருமாள் கோயில் கருடவாகனத்தைப்போல்
சிவந்து வளைந்த மூக்குச் செயலற்றிருக்க
திறந்த வாயிலிருந்து
வருவதும் போவதுமாக ஒரு புயல்காற்று

பாட்டையாவின் கடைசி நிமிடங்கள்
கனத்த மரியாதையோடு காத்திருந்தன
கண்ணீரை மறைக்க
இருட்டுக்குள் கால் வைத்தேன்

❏

---

* அப்பாவின் அப்பாவையோ அம்முறை உறவையோ அப்பாரு என்பது கொங்கு நாட்டு வழக்கு.

தகதகதகவென்று
அப்படியொரு தங்கநிறம் அவருக்கு.
மகனாகட்டும் பேரனாகட்டும்
யாருக்கும் அதை அவர் இரவல் தரவில்லை

நெருப்புக் கொழுந்துபோல்
வளைந்து மேல்நோக்கும்
பழுவேட்டரையர் மீசையைச் சந்திக்க
வடிந்து இறங்கும் செவிகளில்
கல் வைக்காத தங்கத் தளுக்குகள்

கொஞ்சமாய் நரைத்த பெரிய குடுமி
தொண்ணூறு வயதை மறுதலிக்கும்.
பூமிக்குச் சமன் கோடாய்
முடி முளைத்த கூன் முதுகும்
வெள்ளிப்பூண் கைத்தடியும்
இணைந்து வரும் போது
ஒரு முக்கோணம் உயிர் கொள்ளும்

வண்ணத் துண்டை
வரிவரியாய்ச் சுற்றும்
தலைப்பாகை லாகவத்தில்
சரித்திரப் பாத்திரங்கள் உயிர்கொள்ளும்

அங்கராக்குப்* போடாத
மார்பின் அகலத்தில்
எழுதியிருந்தது
காடு வெட்டி நிலந்திருத்திய
முன்னோர்களின் உழைப்பு

ராஜ சந்நிதானத்துக்குப் போகிற
பயபக்தியோடு
அவரைக் காணப் போகும்போது
வா... பொன்னு...
வா... சாமி... என்று
மடையுடைக்கும் பாசம்.
உட்புறம் நோக்கி ஒரு கட்டளை பிறக்கும்.
பழ்நீம்மா... பேராண்டிக்கு
ஏதாச்சும் கொண்டு வா தாயீ...

❑

ஏர் பிடித்து நிலத்தில்
எழுதியது தவிர
ஏடெழுதிக் கற்றதில்லை
ஆனாலும்
வில்லியும் கம்பனும் நாவில்
சடுகுடு விளையாடுவார்கள்

❑

யுகங்களைப் பார்த்த
சாய்வு நாற்காலியின் அருகில்
பாந்தம் கொஞ்சும் கண்களால் அழைத்து
பேராண்டீ, எம் பேரே
இங்கிலீஷிலே சொல்லு பார்க்கலாம்
என்று விநயமாய்க் கேட்க

★ அங்கராக்கு - சட்டை

என்ன சொல்வதெனத் திகைத்தபின்
KARUPPUSAMI
என்று நீட்டி முழங்கிச் சமாளிக்கும்போது
பெருமிதம் பொங்கப்
புயங்கள் குலுங்க
வீடதிரும் ஒரு நகை முழக்கம்!

❏

'ஏரு நிண்ணா சோறு நிண்ணுறும்'
'புளியடியிலே நிக்காதே'
'வேம்படி விட்டு விலகாதே'

'கடப்பாரை முழுங்கிச் செரிச்சவனும் உண்டு
கம்மங்கூழ் விக்கிச் செத்தவனும் உண்டு'

'மாட்டுக்குப் பல்லெப் பிடிச்சுப் பாக்கணும்
மனுசனுக்குச் சொல்லெப் பிடிச்சுப் பாக்கணும்'

மளமளவென்று உதிரும்
வேப்பம் பூக்களைப் போல்
பாட்டையாவின் சொந்த
அனுபவக் களஞ்சியம்
அவ்வப்போது திறக்கும்.

❏

ஈசானிய மூலையில்
வானத்தைப் பரபரவென்று
கிழித்துக் குதறியது ஒரு மின்னல்

பாட்டையாவின் சகலமும்
விடைபெறப் போகிறது
என்னைத் தவிர.

◯

அத்திமரம்

படுகளத்தில்
வேலெடுத்து நிற்கும்
அண்ணன்மார் சுவாமிகள்போல்
அந்த அத்திமரமும்
அடர்ந்து சுற்றிய நாணல் புதரும்...

கெத்துக் கெத்தென்று
ஆற்றங் கரைக்கொரு
நிரந்தரக் காவலனாக...

தாக்குதல்களைத்
தக்கவைத்துக் கொண்டதுபோல்
மூர்க்கத் தனமான வெட்டும் குத்தும்
வடுக்களாய்க் கிடக்கும்
அடிமரத்தில்...
அக்கி நோய்க்கு அத்திப்பால்
சேகரித்த அடையாளங்கள்

அந்த நாணல் காட்டில்
தும்பிகளின் கண்ணாடிப் பந்தலைக்
கலைக்கும் கண்ணாமூச்சி யாட்டத்தில்
சின்னப் புல்லாங்குழல்கள் ஆடும்.

தண்ணீரின் நாடித்துடிப்பை
அளக்கும் கருவிகளாய்
அத்தி மர வேர்கள் நீரில் அலையும்
அவ்வப்போது உதிரும்
அத்திப் பழங்களால்
கெண்டைகள் ஒற்றுமை குலையும்

பச்சைப் பாம்புகள் போல் நீரில்
சோம்பல் பாசிகள் நீளும்
வைகாசி வெயிலில்
புல்லும் வெதுவெதுக்கும்
பாறைகளும் அனல் பழுக்கும்
அப்போதும் அம்மாவின் முத்தம்போல்
குளிர்ச்சி விழாக் கொண்டாடும்
அத்திமர நிழல் கவிந்த
ஆற்றங் கரையோரம்

காதுகளில் வெள்ளைக்
கடுக்கன் அணிந்த ராமு செட்டியார்
ஊருக்குள் இழவென்றால் உடனே
அத்திமரப் படுகையில் தான்
அடைக்கலமாவார்
சுடுகாடு இரையெடுத்த பிறகே
சொறிக்கல்லால் முதுகு தேய்த்து
முழுகிய பின் வீடு செல்வார்
அத்தி மரம் அவருக்கு
ஆறுதல் கரம்...

இளம் விதவை சின்னிக்கும்
நாணல் காட்டுக்கும்
ஏதோ ஏதோ இருப்பதாய்க்
காதுகள் குறுகுறுத்துக் கொண்டதுண்டு
ஆனால்... அத்தி மரம்
ரகசியக் காப்புப் பிரமாணம்
எடுத்திருந்தது

நாற்பது இலையுதிர்காலம்
கடந்து போன பின்
ஆற்றங் கரையோரம்
காவல் இருந்தது
ஒரு ஞாபகம் மட்டும்.

○

மாப்பிள்ளைக் கவுண்டர்

வயது வந்தவர் முதல்
வழுக்கு வால் வரை
எல்லாருக்கும் அவர்
மாப்பிள்ளைக் கவுண்டர்

தலைக்கும் முகத்துக்கும்
பாலமிடும்
வழுக்கை நடுவில்
அக்கினி நட்சத்திரம் போல்
ஒரு குங்குமப் பொட்டு

முழங்கை வரை மடக்கிய
முழுக்கைச் சட்டையின்
மார்புப் பட்டியில்
பயிராய்த் திரித்த கயிற்றில்
ஊஞ்சலாடும்
வெள்ளிப் பொத்தான்கள்

அறுபதை விழுங்கிய
நரை மீசையை
அவ்வப்போது ஈரிழைத் துண்டு
நகாசு செய்து கொண்டிருக்கும்

இடுங்கிக்
காணாமல் போன கண்களில்
ஒன்று தெரியும்-
குறும்பு!

சிறுசும் பெரிசுமாய்க்
கூடவே சிலர்
மீசை முடிபோல
வாயைப் பார்த்தபடி

❑

கவுண்டருக்கு
மூக்கு விடைக்கிறதென்றால்
கதை பிறக்கிறது
என்று அர்த்தம்...

ஒரு கனைப்பு
“அப்பனூ...”
என்றொரு இழுப்பு
சுற்றி இருப்பவர்கள்
ஐந்து பேரறிவும்
காதுகளாய் மாறியது

❑

“அப்பனூ...
சின்னூண்டு வயசுலே
சவாரி வண்டி ஓட்டுறதுலே

துடியா இருப்பேன்...
சுத்து வட்டாரத்துலே
எவனும் வாலாட்ட முடியாது..."

மீசை மேல்
வலது கை விரல்கள்
நடனமிட்டு ஓய்ந்தன...

"ஒருக்கா... இப்படித்தேன்
ஒரு கலியாணத்துக்கு
மாமாவெக் கூட்டீட்டுப் போனேன்"

ஆவலைத் தூண்ட
இடைவேளை விடப்படுகிறது

"அது நெலக்கடலை
அறுவடைக்காலம்
கடலைக் கொடி திண்ணுதோ
மாடு தண்ணி தண்ணியாக் கழியும்.

கூடுகொம்பன் மயிலையும்
காரியும் பூட்டியாச்சு
சாணிக்கறை தெரியாம இருக்கக்
காக்கிச் சட்டையும்
நான் மாட்டியாச்சு"

மீண்டும் இடைவெளி

கவுண்டரின் கண்களில்
பூவாணம் தூவுகிறது
பழைய காட்சி.

"மாமனவுங்க பளிச்சுனு
வெள்ளைச் சட்டை போடுவாங்களா...
சாணிக்கறைக்குப் பயந்து
சாக்குரதையா பின்னா...லே
குக்கியிருக்காங்க.
கிட்டாஞ் செட்டியார் நடுவுலே

சவாரித் தப்பை மேலே
நானு...

"சுங்கத்து மேட்டுலே...
இடத்தான் வாலை முறுக்கி
வலத்தானுக்குத் தார்முள் குத்து...
பறக்குது... வண்டி....
அப்பப் பாத்து கடலைக்கொடி
வேலையக் காட்டுதுப்பா..."

பேச்சுக்கு
ஒரு முக்காற் புள்ளி,
கவுண்டர் திணித்துக்கொண்ட
தாம்பூல மணம் காற்றில்
தவழ்கிறது...

"துரத்தாதேடா
துரத்தாதேடாண்ணு
பறக்கிறார் மாமா
வலத்தான் தண்ணி தண்ணியா
சாணி போடுதுப்பா...
மளாருண்ணு
வலத்தான் வாலுமேலே
காலெ வச்சு
சாணி போடாமே
அழுத்தினேன்...

சீத்துணு சாணி பாஞ்சுது பாரு...
எம்மேலே படாம
செட்டியார் மேலே படாம
பத்திரமா இருந்தாங்களே
மாமா... மூஞ்சிலே...
சர்ட்டுலே..."

முடிப்பதற்கு முன்னால்
மாப்பிள்ளைக் கவுண்டர்
பகபக என்று சிரிக்க
ரசிகர்கள் மேலெல்லாம்
தாம்பூலச் சாற்றின்
செம்புள்ளிகள்.

◐

பாறைச் சிற்பங்கள்

பாறைகளின் மேல்
பச்சைக் குதிரை தாண்டிக்கொண்டே
போகிறது இந்த நதி.

காதலால்
கற்களைக்
கட்டியணைத்துக் கிடக்கும்
ஹம்பி நகர்த்
துங்கபத்திரைக்கு - இது
தங்கையாய் இருக்குமோ?

தொலைவில் நிழலிக்கும்
தாடகை நாச்சி மலையின்
பக்கவேர்களும் சல்லிவேர்களுமாய்
முரடித்து நிமிரும்
பாறைச் சிதறல்களோடு
அப்படியென்ன ரகசியம்
இந்த நதிக்கு
யுகாந்தரங்களாய்...?

❑

கால் நீட்டிக் கிடக்கும்
கண்டி புத்தர் பெருமான்கள்
கொக்குகளின் எச்சத்தால்
முழுநீறு பூசிய முனிவர்கள்
நுரை மாலை சூடிய
நாச்சியார்கள்

வழுக்கைத் தலையில்
பச்சைக் குடுமி முளைத்த
கட்டுப்பெட்டிகள்...

தண்ணீர்க் கூந்தலுக்கு
வகிடு பிளந்து விடும்
செவிலித் தாய்கள்...

பனங்கறுக்கு வாள்வீசும்
அழுக்குச் சட்டை இளவரசர்களுக்குக்
கற்பனை வளர்க்கும்
கோட்டை மதில்கள்

நீர்ப்பாம்புகள் பதுங்கும்
நிலவறைகள்

கிராமத்துப் பிஞ்சுக் காதலர்கள்
அஞ்சு புலன் வாசனையும்
கொஞ்சம் நுகர்வதற்குக்
கொடுத்து வைத்த மஞ்சங்கள்

குட்டி அலைகள்
வளையல் கிலுக்கவும்
சின்ன அலைகள்
மெட்டி அசைக்கவும்

பெரிய அலைகள்
கொட்டி முழக்கவும்
கற்றுக் கொடுக்கிற
மௌனக் கலைஞர்கள்

நீலம் பாரித்து
மஞ்சள் தீற்றி
பச்சைப் போர்வையில் புதைந்து
சிவப்புத் தேமல் படர்ந்து
கருமைசெறிந்த பாறைகளின்மீது
எந்த வான்கோக்கின்
வர்ணக் கிண்ணங்கள்
உடைந்து சிதறின?

யாருடைய சாபத்தால்
உறைந்து போனது
மைக்கல் ஏஞ்சலோக்களின்
கர்வத்தை அறைகூவும்
இந்தச் சிற்பக் கூடம்?

கொலரெடோ
மண் சிற்பங்களைப் படைத்தது போல்
அலை உளிகளால்
பாறைச் சிற்பங்களை நிர்மித்த
மாயச் சிற்பியே,

நில் என்று இவற்றையெல்லாம்
நிறுத்தி வழி போனதென்ன?

☾

ஓடு, ஓடு சங்கிலி...

அழித்து எழுதமுடியாத
சித்திரம் ஒன்றுண்டு
அம்மா.

எப்போதும் பெண்களெனில்
இளக்காரம் ஆண்களுக்கு
    "காயம் பட்டாக்கூட
    ரத்தம் வர்ரதில்லே
    டாக்டர்கிட்ட அவளக்
    காட்டுங்கடா..."

அம்மாவைப் பற்றி
அங்கலாய்த்த அப்பா
காணாது போன
பேரன் திருமணமும்
கொள்ளுப்பேத்தி வரவும்
பிடிவாதமாய்ப் பார்த்துப்
போனவள் அம்மா.

❏

தாமிர முகம்
கொங்குக் கொண்டை
வெற்றிலைக் கறைபடிந்த
'எத்து பல்'
சிவப்பு மேனி மறைக்கும்
பின் கொசுவக்
கைத்தறிச் சேலையும்

'அங்கிங்கெனாதபடி'
குத்தி வைத்த பச்சையும்.

பட்டுப் புடவையில்
அம்மாவைப் பார்த்ததே இல்லை
அப்பா எடுத்துக் கொடுக்க
இல்லையோ என்னவோ...

நேசிப்புக்கு எடுத்த ஜென்மம்
கறி தின்னும் அப்பாவுக்குக்
கை கூசாமல் சமைத்தளிக்கும்
கடும் சைவக்காரி

நேசிப்பு... நேசிப்பு
புருசனைப் போலவே
பண்ணையத்தையும்
குழந்தைகளைப் போலவே
எருமைகளையும்!
உறவுகளைப் போலவே
அக்கம் பக்கத்தையும்.

ஓலைக்குடிசை -
மாளிகை பேதங்கள்
கைப் பக்குவத்தைக்
கடுகளவும் மாற்றவில்லை
கூட்டுச் சாற்றிலும்
வெறும் மிளகு ரசத்திலும்
அதே சுவை... அதே... மணம்
மேதினியில் அதுபோல
ஏது இனி?

ஊரையே தூக்கும்
அப்பாவின் கோபத்தை
ஒற்றைப் பார்வையால்
செதுக்கி ஊமையாக்குவாள்

எழுபது வயதிலும்
மூத்தவரைக் கண்டால்
தலைகுனிந்து நிலம் கீறும்
அம்மா ஓர் அதிசயம்
மட்டும் மரியாதையும்
கொட்டிய களஞ்சியம்

ஒற்றையடிப் பாதையில்
நடக்கச் சலித்த குழந்தையை
முன்னால் நடத்தி
         "ஓடு ஓடு சங்கிலி
         ஓடோடு...
         காலை மிதிப்பேன்
         கையை மிதிப்பேன்
         ஓடு ஓடு சங்கிலி
         ஓடு ஓடு..."
என்று பாடித் துரத்துவாள்
அம்மா.

சோர்வு சூழும்பொழுது
இன்றும் அம்மாவின் குரல்
         "ஓடு ஓடு சங்கிலி
         ஓடோடு..."

○

மூன்று கனவுகள்

1.

மாய உலகின்
வியப்பு வீதிகளில்
தங்க இலை அடர்ந்த மரங்கள்
பின்னிப் படரும் வெள்ளிக் கொடியில்
பவளப் பூக்கள், மாணிக்கப் பழங்கள்

நீலமணிக் கிளைகளில்
வைர அலகும் மரகதச் சிறகும்
துளி முத்துக் கண்களுமாய்
ஒரு பறவை பாடலாயிற்று

விசிறி மடிப்புப் போல்
ஏறியும் இறங்கியும்
சுருண்டும் நெளிந்தும்
இன்னொரு கிளையிலோர்
மின்னல் பாம்பு
பாசிக் கண்கள் பளீரிட
ஆடிற்று...

பறவையின் பாட்டுத்
தேய்கிற போதெல்லாம்
அருவி நீர் போல்
வழுக்கியது பாம்பு
இன்னொரு கிளைக்கு
மெல்ல மெல்லப்
பாடல் நின்று போனதும்
சாட்டையாய்த் துள்ளிய பாம்பு
தரையில் விழுந்தது
தலை வேறு வால் வேறாய்
எதிர் எதிர் திசையில்
மறைந்து போயிற்று.

அப்போது...
இலைகளின்
தங்கம் கருத்து
ஈயமாயிற்று
கொடிகளின் வெள்ளி
தகரமானது
பூக்களில்
தசை கருகும் வாசனை
பழங்களின் காம்பில்
ரத்தத் துளிகள்

பாட்டு நின்ற பறவை
மெல்ல மரப்பாவை ஆயிற்று
துண்டு துண்டான பாம்பு
கூழாங் கற்களாயிற்று

2.

பொன் மகரந்த
மணல் வெளி
எங்கும் குஞ்சுப் பறவைகள்...
பஞ்சுப் பொதி சிதறும்
அலைகளின் ஓரம்
செஞ்சாந்துக் கால் பதித்து...

நீலமீன் ஒன்று
கடல் கிழித்து மேலெழும்பும்
மணி அலகால் ஒரு பறவை
கவ்விச் சிறகடிக்கும்

ஒரு வெள்ளி மீன் துள்ளும்
ஊசி அலகு ஒன்று
தாவி அதை அள்ளும்

மெல்ல மெல்ல
மீன்கள் பெரிதாகும்
பிஞ்சு அலகுகளின்
விளிம்புகளில்
குருதி அரும்பு விடும்

கடல் வயிறு கீறும்
உடல் பெருத்த திமிங்கிலங்கள்
வாலால் தண்ணீரை
வானம் வரை சிதறும்

ராட்சதச் சுறாக்கள்
கரை நோக்கி வாய் பிளக்கும்
மணற்கரையில்
கிழிந்த சிறகுகள்
பிளந்த அலகுகள்
முற்றாச் சிறகெலும்புகள்

○

3.

பசுமஞ்சள் சிறகுகளுடன்
பட்டுப் பூச்சிகள்
முள்ளுச் செடிகளில்
தொற்றும் பொன் வண்டுகள்
ரயில் பூச்சிகள்
மரவட்டைகள்
பளபளக்கும் மயிலிறகுகள்
அவன் தலையணையடியில்
பதுங்கிய தீப்பெட்டியிலிருந்து
வெளிவந்தன

கன்னத்தில்
சுண்ணப்பொடி தடவி
வண்ணத்துப் பூச்சி
வானத்து நீலத்தில் கரைந்தது
கால்களால் கிதார் வாசித்து
காதுகளோரம் வட்டமிட்டு
இசை அலைகளில்
மிதந்து மிதந்து போனது வண்டு

மயிலிறகுகளைச்
செருகிக்கொண்ட
மரவட்டைகள்
கால்களில் ஊர்ந்தன
தொடையில் நகர்ந்தன
இடையில் அரித்தன

மார்பின் மெல்லிய
மயிர்க்கால் சிலிர்க்க
அரும்பு மீசை வழியாய் ஏறின
மூக்குப் புழைகளில் நுழைந்து
குறுகுறுக்க வைத்ததும்
திடுக்கிட்டு விழித்தான்

வைகறையில் ஆறு
தன்னை அடித்துக்கொண்டு
போவதாய்த் தோன்றியது...!

இளம் பருவத் தோழன்

ஆறுமுகனுக்கு இப்படிப்
பெயர் வைத்தவர் யாரோ?
சமவயதுச் சிநேகிதனைச்
சாமியார்ப் பாப்பான் என்றே அழைத்தோம்

அப்பா தறிநெசவுக்காரர்
இழைநக்கி நூல் நெருடும் ஏழை
பட்டை பட்டையாய்த் திருநீறு
நெற்றி நிறைந்திருக்கும்
வலது பக்கம் சற்றுத் தூக்கலாய் இருப்பதால்
'என்ன சுவாமி...
ஏதாவது விபரீதம் வருமோ?'
என்று பேசுவார்கள் பெரியவர்கள்...

வேட்டி நெய்து சேலை நெய்து
விலா எலும்பு தேய்ந்த அப்பாவை
அரை வயிறு நிரம்பாமலே
இயற்கை அழைத்துக்கொண்டது

இடிந்து சிதைந்துகொண்டிருந்த வீட்டில்
ஒரு கொல்லைப் புறம்
அடிதடிக்கு வருவதுபோல்
முருங்கை மரம் ஒன்று பிசாசாய் ஆடும்

பிசின் எடுக்கப் போனால்
விடமாட்டான் சாமியார்ப் பாப்பான்
'எங்க மரத்தைத் தொடாதரா -'
அதட்டுவான்

திருட்டுத் தனமாய்ப் போனால்
கம்பளிப் பூச்சியை மேலே எறிவான்
அரிப்பில் அரகரா, சிவசிவா
போட நேரும்.

சோகை பிடித்த முகத்தில்
ஆழ்துளைக் கிணறுபோல் கண்கள்
தறியில் உட்கார்ந்து உட்கார்ந்து
இரத்த ஓட்டமிழந்து
வலுக்குன்றிய கால்கள்

கழுத்தில் சிவப்பு நூலில் கோத்த
ஒற்றை ருத்ராட்சம்
மார்பில் தேவாங்கர் குலக்குறியாய்
நைந்த பூணூல்

அம்மா அறுந்த நூலாய்ப்
பிரிந்து போனாள்
வாழாவெட்டி அக்காவையும்
இரண்டு குழந்தைகளையும்
தலைச்சுமையாக்கி...
யுத்த காலம்
நூலுக்குப் பஞ்சம்
தறியும் குடும்பத்தின் வயிறும்
தரிசாய்ப் போயின.

கிழிந்த நாராய்க் கிடந்த குழந்தைகள்
ஒரு காலராப் படையெடுப்பில்
கதை முடிந்து போனார்கள்

கட்டறுந்த அக்கா
இருப்பதும் காணாமல் போவதும்
வாடிக்கையானாள்.

சமவயதுச் சோட்டாளிகள்
சாமியார்ப் பாப்பானைக் கண்டு
பயப்படலானார்கள்
கோள் சொல்வதில் அப்படி ஒரு சிறப்பு

போதாததற்கு இளவட்டங்கள்
காதல் கீதல் என்றால்
கடித்துக் குதறிவிடுவான்.
திருப்புகழ் தான் அவனுக்கு
மந்திரம் - சோறு
நெசவு நேரத்துச் சங்கீதம்

ஆன்மிக அதிர்ச்சிகளை
அடிக்கடி எழுப்புவான்
குளிக்கும்போது
நெஞ்சுக்குழிமேல்
தண்ணீர் ஒட்டாது போனால்
பத்து நாளில் சாவு நிச்சயம்
என்று பயமுறுத்துவான்.
அத்தை வீடிருக்கும் மலையாளச் சீமைக்கு
நூல் வாங்கப் போனவன்
பலநாளாய்த் திரும்பவில்லை
யாரோ செய்தி கொண்டு வந்தார்கள்
புதுநகரம் ரயில் பாதையில்
தலைவேறு உடல்வேறாய்க் கிடப்பதாக...

இவன் நெஞ்சுக்குழியில்
பத்து நாள் முன்பு
தண்ணீர் ஒட்டாமல்
இருந்திருக்குமோ?

○

மலையாளக் காற்று

காற்றே வா
மலையாளக் காற்றே வா

இளங்காலைப் போதில்
தெருவே மணக்க வரும் பூக்காரிபோல்
வாசனை நடைபோட்டு வா

தாய்வீடு வரும்
செல்வமகள் உனக்கு
அடையா நெடுங்கதவாய்த்
திறந்தே கிடக்கும்
பாலக்காட்டுக் கணவாய்

❑

அரபிக் கடலின் நீலச் சுரங்கத்தில்
புதையல் எடுத்து
திமிரோடு கரையணைக்கும்
அலைச்சுகத்தை அள்ளிவா
சங்கம்புழைக் கவிதைகள் போல்
அடர்ந்து செறிந்த தேக்குமரக் காடுகளின்
தோளில் உராய்ந்து வா
தென்னை மரங்களைக் கதகளி ஆடவிட்டு
மிளகுக் கொடிகளோடு
கண்ணாமூச்சி ஆடிவா

பச்சைக் கிளிகளைப் போல்
பலா இலைகள் பறக்கவும்
மஞ்சள் கிளிகளைப் போல்
தாழம்பூக்கள் சிறகடிக்கவும்
விந்தைகள் செய்யும் மோகினி வா

கோடையில்
குருவாயூர்ச் சந்தனம் ஆவதும்
குளிர் காலத்தில்
காதலியின் பெருந்தனம் ஆவதும்
உன் வாடிக்கை.

ஆடி மாதம் (உன் கற்கடக மாதம்)
தமிழ்நாடே வெயிலில் கிறங்கும்
அப்போது உன் தோளிலிருந்து
எம் கணவாய் வாசலில்
முகில் தங்கம் இறங்கும்...
அது உன் கால வர்ஷம்

பாலக்காட்டு மணியின்
மிருதங்க ஆவர்த்தனமாக
எரிமேலிப் பேட்டைத் துள்ளலாக
பளிங்கு மழைப்பந்து
விளையாடி வருகிறாய்

தாகித்த எங்கள் மண்ணுக்கு
அம்பலப்புழைப் பால் பாயசமாகிறாய்
என்னென்ன கொண்டு
வந்தனை காற்றே!

ரோமானியர்களோடு கைகோத்து
அன்றொரு காலம்
வெள்ளியும் தங்கமும்
விதைத்துப் போனாய்

விம்மியழும் தேவகியைக்
குலசேகரப் பெருமாளோடு
கூட்டிக்கொண்டு வந்தாய்

சேரமான் பெருமாளின்
ஈரச் சொற்களால்
ஆதியுலா நடத்தினாய்

காட்டு யானையின் தந்தம் போல்
தத்துவக் கூர்மைபூத்த சங்கரனை
இடுப்புப் பிள்ளையாய்
எடுத்து வந்தாய்

சாதி இருட்டைத் தகர்த்த
கேரளத்து ஞாயிறு
ஸ்ரீ நாராயண குருவின்
தேவாரங்களோடு
திருவாசகங்களோடு
குருவின் ஆத்மதரிசனக் கண்ணாடியாய்
மலையாளக் கவிதையில் பிரதிஷ்டையான
குமாரன் ஆசானின் சிம்மகர்ஜனையையும்
ஏந்தி வந்து தந்தாய்

நீலக்கடலோரம்
கருத்தம்மா அழுத குரல்
காயம் சுமந்து வந்தாய்

மனப்புண் தழும்பாகக்
கனராக கந்தருவன்
ஏசுதாஸ் சிந்தும் இசையமுதில்
கரைந்து கரைந்தெம்மைக்
காணாமல் போக வைத்தாய்

வைகை பெருகிவரப்
பெரியாற்றில் தேங்கி நின்றாய்
கோவை களைப்பாறச்
சிறுவானியால் விசிறினாய்
பரம்பிக்குளத்தால் நெஞ்சில்
பச்சை பிடிக்க வைத்தாய்

◻

இத்தனையும் செய்தாய்
மலையாளப் பூங்காற்றே!
என்ன கைம்மாறு செய்தோம்?

நீ வரும்
கணவாய்ப் பாதையில்
உன்னை வரவேற்கப்
பளிங்குக்கல் பதித்து
அதன் மேல்
பட்டு விரித்தது போல்
ஓர் இளம் நதியை - ஆழியாற்றை
அன்போடு அனுப்பி வைத்தோம்.

அதிசயம் பார்...
நல்லோர்க்குச் செய்த உபகாரம்
பன்மடங்கு பெருகுமென்பார்...

உனக்காக விரித்த நடை பாவாடை
அந்தச் சின்னஞ்சிறு நதி
கேரளத்தின் சரித்திரத்துச் சீதனமாய்க்
கலைநதியாய்க் குலதனமாய்ப்
பாரதப் புழையாயிற்று.

வள்ளுவன் சொன்னது போல்
தினைத் துணை நன்றியைப்
பனைத் துணை ஆக்கினாய்
வாழ்க நீ
மலையாளக் காற்றே!

◯

வெள்ளச் சாமியார்

மூன்று நாட்களாய்
முனகிக் கொண்டிருந்த மழை
நின்றுவிட்ட காலைப் பொழுது

உம்ம்ம்... என்ற பேரோசை
ஊரை எழுப்பியது

வெள்ளம்... பெருவெள்ளம்
ஆற்றின் பெருமூச்சு

"கருந்தண்ணியும் செந்தண்ணியும்
கலந்து வருதுடோய்..."*

ஊருக்குள் ஆரவாரம்

வெள்ளம் வந்ததென்றால்
விருந்து வந்த சந்தோசம்

கலங்கல் நீரிலிருந்து
சேற்றைப் பிரித்தெடுக்கும்
சேற்றாங் கொட்டையோடு
பெண்களின் படையெடுப்பு

விறகு, தடிமரங்கள்
கரைசேர்க்க விடலைகள் கூட்டம்...
ஒரு வெள்ளத்தில் சேகரித்த விறகு
ஆறு மாசம் அடுப்பெரிக்க ஆகுமே!

★ மலையில் மழை பெய்து வருவது கருந்தண்ணீர். கிளை நதிப் பகுதிகளில் மழை பெய்து வருவது செந்தண்ணீர்.

வெள்ளம் உயர உயர
மேற்குக் கரைத் தொக்கடவில் மோதியது
போயர் சுண்ணாம்புக் காளவாய்கள்
பொத்தென்று விழுந்தன.

வடக்குக் கரைமேட்டில்
ஆலமர விழுதேறி
அலைகள் விளையாடின
கிழக்கே காக்காத் தோப்புக்குள்
ஆறு செய்த ஆர்ப்பாட்டத்தில்
தென்னைகள் தள்ளாடின

ஆனந்தமாய்த் துள்ளும் கெண்டைகளுக்கு
ஈர வேட்டி விரித்தவர்கள் ஒரு பக்கம்...
அடிச் சுழலின் இழுப்பு அஞ்சிக்
கரையேறும் தண்ணீர்ப் பாம்புகள் மேல்
பயந்துகொண்டே கல்லெறியும்
பையன்கள் ஒரு பக்கம்...

குதிக்கட்டுமா? என்று
பாய்ச்சல் காட்டும் இளவட்டங்களுக்குக்
கடைக்கண்ணால் மறுதலிக்கும்
கொமுரிகள் ஒருபக்கம்...

பாறை உச்சியில் இருந்த
பேச்சியம்மாள் வீறிட்டாள்...
“நட்டாத்துத் தண்ணியிலே
போறதைத்தான் பாருங்கய்யா”

ஒரு தலை - மனிதத்தலை
மிதந்து கொண்டே போயிற்று...
அய்யோ... எந்த மகராசனோ...
யார் பெத்த பிள்ளையோ...
ஆனந்தம் வற்றிப்போய்
விசும்பல் ஒலி பெண்களுக்குள்...

கரையோரமாகவே
ஓடிற்று ஒரு கும்பல்...
வேட்டைக்கார அப்புச்சி கோயிலுக்கு
நேரிருந்த ஆற்று நடுப்பாறையில்
ஒதுங்கிவிட்டது உடல்

வெள்ளம் வடிய
மூணு நாள் ஆயிற்று
பரபரப்பாய் மக்கள்
பாறையை நெருங்கியபோது
பல்லியின் அடிவயிறு போல் வெளுத்து
அம்மணமாய்
மலங்க மலங்க விழித்தபடி
வேற்றுக் கிரகவாசிபோல்
கிடந்தான் ஒரு மனிதன்

ஊரே கூடி வைத்தியம் பார்த்தது
வெள்ளத்தில் வந்ததால்
வெள்ளச் சாமியார் என்று
பெயரும் வைத்தது.

மாகாளி கோயிலில் இருப்பிடம்;
காவடி எடுத்தால்
சோறும் கறியும் குவிந்து போகும்...
யார் என்று கேட்டால்
யாருக்கும் தெரியாது

❏

ஆறு வருடங்களுக்குப் பின்
மீண்டும் அந்த நதிக்கு
வெறி ஏறிற்று

வெள்ளம்... பெருவெள்ளம்
"அடங்கொண்ணியா!
மம்மானியாகப் போகுதுரா
வெள்ளம்"
என்று ஆளுக்காள் பேச்சு!

வெள்ளம் வடிந்த மறுநாள்
மாகாளி இருந்தாள்
காவடி இருந்தது
காவி வேட்டியும் துண்டும் இருந்தன
வெள்ளச் சாமியார்
எங்கு தேடியும் தட்டுப்படவே இல்லை.

◯

பெல்ஜியம் கண்ணாடி

மரச்சட்டத் தங்க ரேக்குகள்
விகாரமாய்க் கறுத்து
வளைந்து வளைந்து பூத்திருந்த
கொடிகளும் பூக்களும் காம்பொடிந்து
அங்கங்கே சிறகடிக்கும் பறவைகள்
அலகு முறிந்து சிறகு அறுந்து...
அதற்கும் இருக்குமே
அம்பது வயது!

தலைச்சன் குழந்தையை
வயிற்றில் சுமந்த புதுப்பெண்ணாய்
இராமேசுவரம் போனபோது
அப்பா வாங்கித் தந்த
அன்பளிப்பென்று
கதை கதையாய்ச் சொல்லுவாள்
அம்மா.

❏

'கண்ணாடி சுவாமீடா
கீழே விழுந்திரப்படாது'
- எச்சரித்துக்கொண்டே
இருப்பாள் அம்மா
கூடத்துச் சுவரில்
ஒருக்களித்துச் சாய்ந்து
அது கொலுவிருந்த காலத்தில்...

அகலமான நெற்றியில்
சந்தனப் பொட்டை
நந்தியாவட்டைக் காம்பால்
வருடி வருடி வட்டமாக்கியபடி
அரைமணி நேரம் நிற்பார் அப்பா

'இட்டிலி ஆறுதே'
என்று அலுத்துக் கொண்டாலும்
ரகசியமாய் எட்டிப்பார்த்து
ரசிப்பாள் அம்மா

நெட்டைக்காலி அக்கா
உயரத்துக்குச் சரியாய்க்
கண்ணாடியை நகர்த்தும்போது
எப்படித்தான் தெரியுமோ!
'எண்ணெய்க் கறை ஆக்காதேடி'
என்று அம்மாவின் குரல்
சமையலறை தாண்டிப்
புறப்படும்.

திண்ணையில் பந்து விளையாட
விடவே மாட்டாள் என்னை
'கண்ணாடிலே பட்டுரும் -
வீதிக்கு ஓடு' என்று விரட்டுவாள்

விருந்தாளிகள் முகம் பார்க்க நின்றால்
அசல் பெல்ஜியம் கல் கண்ணாடி
இப்ப எங்க கிடைக்கும்...
என்று கருவம் பாராட்டுவாள்

❑

அப்பா போனதும்
பூசை அறையில் வைத்துவிட்டாள்
அம்மா... அதை.
வாரத்துக்கு ஒருதடவை
திருநீற்றால் துலக்கித் துடைத்துக்
குங்குமம் வைத்துக்
கும்பிடுவாள் வெகுநேரம்
எல்லா சாமிகளையும்
ஜெயித்து ஜொலிக்கும் அது!

❑

படுத்த படுக்கையில்
மூச்சு விடும் துரும்பானாள் அம்மா
வீட்டுக்குள் எந்த ஒலி கேட்டாலும்
'கண்ணாடி பத்திரம்ப்பா'
முணுமுணுப்பாள் அம்மா

❑

நேற்று நள்ளிரவு
பூசை அறையில் ஏதோ சத்தம்
திறந்து பார்க்கையில்
முட்டி மோதி ஓடிற்று எலி

கீழே
பாளம் பாளமாய் மின்னிற்று
நொறுங்கிய பெல்ஜியம் கண்ணாடி

❑

'அய்யோ... அத்தே...'
மனைவி வீறிட
உள்ளே ஓடினேன்

அம்மாவின் கண்கள் இருந்த இடத்தில்
மங்கிய இரண்டு
கண்ணாடித் துண்டுகள்

❍

பாடம் சொன்னவர்கள்

உடைக்காத பீடிக்கட்டில்
லாகவமாய்ப் பொத்தலிட்டு
நோகாமல் நகங்களால் உருவி
விரல்களால் நசுக்கித் தேர்வு செய்து
பச்சை நூல் பீடியைப்
பல்லியைப் போல் நாசூக்காய்ப்
பல்லில் பற்றிக்கொண்டு
யோகியைப் போல்
மூக்கு நுனியில் பார்வை குவித்து
தீக்குச்சியில் கனலும் நெருப்பை
ஒன்றுக்கு மூன்றுதரம் பற்றவைத்து
பாதாம் கீர் போல் ருசியாய் உறிஞ்சும்
பரம சுகத்தில்
உலகத்தையே அற்பம் என்பது போல்
மலையப்பசாமி ஊதும்போது
பிரமித்துப் போவான் அவன்

ஒரு நமுட்டுச் சிரிப்போடு
'கண்ணுலே புகை விடுறன்
பாக்கறியா தம்பி'
என்று பீடிச்சக்கரவர்த்தி கேட்க
ஆசையும் அச்சமுமாய்த்
தலை அசைப்பான் அவன்
புகை வரும் கண்களைக் காண
உற்று உற்றுப் பார்க்கையில்
சுரீலென்று காலில்
சூடு வைப்பான் மலையப்பசாமி

❑

கந்தல் உருமாலும்
அதுவே கோவணமுமாகப்
பனிப்பதத்தில்
ஒற்றை ஏர் பிடிக்கும் மாறன்
பண்ணாடி இல்லாத வேளை
சின்னப் பண்ணாடியிடம் கேட்பான்
'ஏனுங்க சாமி
மேழிப்பால் குடிக்கறீங்களா?'
ஆவலுடன் தலையசைக்கும் சிறுவனை
அருகில் அழைத்துப்
பிஞ்சுக்கையை மேழியில்
காட்டமாய்த் தேய்ப்பான்.
குழந்தை அலறும்போது
'ஏனுங்க சாமி
மேழிப்பால் சூடாப் போச்சுங்களா?'
என்று கிண்டல் ஊசி செருகுவான்

❑

சுடுகாட்டுப்
பூவரசு நிழலில்
கடைக்கண்களில் பீழையும்
காதோரம் துண்டுப் பீடியுமாகக்
காத்திருப்பான்
லாடம் கட்டும் தங்கப்ப ஆசாரி

ஒவ்வொரு காலாய்க்
கயிறு கட்டி எருதை வீழ்த்தும்
கலையே ஓர் அழகு
குளம்புகளுக்கு நடுவே
பலகை செருகி
விரித்துப்போட்ட சாக்குப்பையிலிருந்த
ஆணிகளையும் லாடத்தையும்
வைரக்கல் பரிசோதனைபோல்
ஆராய்ந்து ஆராய்ந்து...
ஆணி அடிக்கையில் நெளியும் மாட்டை
'வாக்கணம் கெட்ட கழுதைக்கு
ஒணத்தி பாரு' என்று கடிந்துகொண்டே
காரியம் முடிக்கும் கர்மயோகி

வேடிக்கை பார்க்கும் சிறுவனிடம்
தத்துவம் சொல்லுவான்
'அடியாத மாடு படியாது தம்பி'
லாடம் அடிக்காவிட்டால்
பயனில்லை என்று அர்த்தமாம்!
சொல்லிவிட்டுக்
காசு குலுங்குவது போல் சிரிப்பான்

❑

மழுங்கிப்போன அம்மியும்
ஆட்டுக்கல்லும் கொத்துவதில்
சப்பைவாய்ப் பழனியப்பன்
சரித்திர புருஷன்

ஓய்ந்த வேளையில்
பறவை முட்டை சேகரிப்பான்
எந்தக் காட்டில் எந்த மரத்தில்
எந்தப் பாறைப் பிளவில்
என்ன பறவை முட்டையிடும் ?
- அவனுக்கு அத்துபடி

'தவிட்டுப் புறா தெரியுமா?'
என்று கேட்டான் ஒருதரம்.
மௌனமாய் உதடு பிதுக்கியபோது
ஏளனப் பார்வையால் கீறிவிட்டுத்
தரையில் படுத்தவாக்கில்
கொட்டைச் செடிப்புதரில்
குறிபார்த்துக் கல்லெறிந்தான்
சொல்லி வைத்தாற் போல் பறந்தன
ஒரு ஜோடி தவிட்டுப் புறாக்கள்

எங்கள் ஊர் சலிம் அலியை
எவருக்கும் தெரியவில்லை.
○

ஓடும் வரலாறு

பூங்குன்றன் சொன்னார்
"இதோ பாருங்க...
உங்க ஊர் ஆத்துலே கிடைச்ச
சங்க காலக் காசு!"

காசு அல்ல -
காசின் புகைப்படம்
என்றாலும்
மெல்லக் கசிந்தன கண்கள்

கல்லும் கரடுமாய்
நெடுஞ்சாலைகளின் கரங்களுக்கு
எட்டாமல்
ஒளிந்துகொண்டிருக்கும்
இந்த மண்ணிலும்
சரித்திரச் சுவடுகளா?

ஆடி ஆடி நகரும்
நடனக்கார நதி
இல்லாவிட்டால்
சபிக்கப்பட்ட இந்தக் கிராமத்தை
யார் சீண்டுவார்கள்?

மரியாதைக்குப் போட்டிருக்கும்
மாராப்புச் சேலையே
இந்த நதிதானே?

இப்படி நைந்து போன மனதுக்குத்
தைலம் பூசிற்று
தொல்பொருள் ஆய்வாளர்
சொன்ன தகவல்...

❏

ஆழியாறு அணைக்கட்டுக்கு மேலே
திகம்பர சமணர் கற்படுக்கைகள் உண்டு
தீர்த்தங்கரர் சிலையும் உண்டு
அறம் பழுத்த அந்நாள் துறவிகளின்
திருவடி தீண்டிய
தீர்த்தம் இந்நதி

ஆற்றில் மிதந்து வந்த
மன்னவன் தோட்டத்து மாங்கனியை
ஆசையோடு எடுத்த அவளைக்
கொல்லுவித்த கொடும்பாவி
சங்கக் கவிதையில் ரத்தக்கறை தீற்றும்
நன்னன் எனும் பெரும்பாவி
ஆட்சி புரிந்த ஆனைமலை வழியாக
அழுது கொண்டே வருகிறது
இந்த நதி
இன்னும் எத்தனை ரகசியங்கள்
எத்தனை யவனக் காசுகள்
ஓ நதியே! உன் மடியில்?

◻

இன்னொரு முறை
பூங்குன்றனை அழைத்துவர வேண்டும்
இந்தச் சரித்திரத்தோடு
கை குலுக்கிக் கொள்ள...
மத்தியதரைக் கடற்கரையில்
அச்சடித்த தங்க நாணயங்களின்
புதையல்களை
இங்கு கண்டெடுக்க...

●

எல்லாம் விளையாட்டு

"ஏங்கண்ணு
        தெரியலியாட்ட இருக்குதுங்க"
பழனி ரயிலில்
அந்த நடுத்தர வயதுக்காரி
கேட்டபோது
சிலீரென்று ஞாபகச் செல்களில்
மின்சாரம் பாய்ந்தது...

சின்னக் கண்ணாள்!
பக்கத்து வீட்டு அக்கா...

வருடங்கள் தலைகீழாய்
வட்டமடித்தன

❑

பத்து வயதிலேயே
பெரிய ராங்கிக்காரி
சின்னப் பையன்கள்
புள்ளார் பந்து ஆடினால்
நானும் வாரண்டா என்பாள்
மறுத்தால்
கல்லுப் பிள்ளையார்
முள்ளு வேலிக்குள் கிடப்பார்

மசப்பந்து ஆட்டத்தில்
மரடோனா போல் குறுக்கே நுழைந்து
நாலு பேர் முதுகுக்காவது
டின் கட்டிவிடுவாள்

அவள் மட்டும்
சோடிப் பெண்களோடு
கும்மி அடிக்கும்போது
பையன்கள் வந்தால்
உதட்டை ஒரு கடி கடிப்பாள்
"கும்மியடிக்கிற பக்கத்திலே
கூட்டமென்னடி ஆம்புளைக்கு...
பல்லுக்காரம் பய
பல்லைப் பிடுங்கிக்
குப்புறத்தள்ளடி ஆம்புளைய..."

விரட்டோ விரட்டென்று
விரட்டி விடுவார்கள்
பாட்டும் ஆட்டமுமாக...

அடுத்த நாளே
பையன்கள் நரி விளையாட்டு
நடத்துமிடம் வருவாள்
ஒரு வட்டத்தில் தோளைப் பின்னிப் பின்னி
வேலியாக்கிக் கொள்வார்கள் பையன்கள்

உள்ளே ஒருத்தன்
வெளியே ஒருத்தன்
மாடும் நரியுமாய்ச்
சுற்றிச் சுற்றி வருவார்கள்
நரிப்பையன் ஆடி ஆடிப்
பாடிக்கொண்டே சுற்றுவான்:

"காரி சூரி மாட்டைக் கண்டா
கடைக்கண்ணாலே பாயுவேன்"
வெளிப்பையன்கள்
நரி உள்ளே போகவிடாமல்
தடுக்கும்போது
உள்ளே இருக்கிற மாடு சொல்லும்:
"எருத்துக் கொம்பிலே புல்லைச் சுத்தி
எடுத்து எறிவேன் பெரு நரி...

நான் தாண்டா நரியா இருப்பேன்
என்று குறுக்கே வருவாள்
சின்னக் கண்ணாள்

முறுக்கிக் கொள்வார்கள் பையன்கள்
"போக்கா... பொட்டைப்
புள்ளைகளோடு
போய் வெளையாடு
இது ஆம்பிளைக ஆட்டம்..."

மூக்கைச் சுளுக்கி
உதட்டை நெளித்து
வெவ்வெவ்வே காட்டிப் போவாள்
அடுத்த விநாடி
பிஸ்ஸாம் பறக்கிற

அவள் பாட்டு
ஊரையே தூள் கிளப்பும்
பெருக்கல் குறிபோல் குறுக்காக
வலதுகையை வலதுகையிலும்
இடதை இடதிலும் பற்றி இழுத்துக்கொண்டு
இரண்டு பெண்கள், பாவாடைப்பூ விரிய
சக்கர வட்டமாய்ச் சுழல்வார்கள்
பிஸ்ஸாம் பறந்து!

“வெள்ளி மலையிலே தீ எரிய
வெங்கலப் பாத்திரம் பொங்கிவர
சூட்டடுப்பிலே கத்திரிக்கா
சுப்பையன் பொண்டாட்டி ராமக்கா
கொட்டுங்கோ... முழக்குங்கோ
கோணக் கொம்பெ ஊதுங்கோ
பிஸ்ஸாம் பிஸ்ஸாம் பிஸ்
பிஸ்ஸாம் பிஸ்ஸாம் பிஸ்...”

மெய்யாகவே தெற்கு மலையில்
மூங்கில் காடு பற்றி எரிந்து
இந்தப் பாட்டைக் கேட்கும்

❑

“இவுரு தா
எங்க ஊட்டுக்காரரு”
என்று காதில் ரோமக்காடு வளர்த்த
அந்த மனிதனைச்
சின்னக் கண்ணாள்
அறிமுகப்படுத்தியபோது

பத்து வயதில்
அவளைச் சுற்றிச் சுற்றி வந்த
மாறுகண் திருமூர்த்தி
மனதுக்குள் வந்து போனான்

❍

ஊமையன்

அசோகர் காலத்து இரும்புத் தூணையும்
ஐந்நூறு வருடத்துத் தேக்கு மரத்தையும்
காணாத கண்களுக்கு ஓர் ஆறுதல்
இவன்

நின்றால் கூரைகள் குனியும்
படுத்தால் திண்ணைகள் குறுகும்
நடந்தால் வீதிகள் குழியும்
அப்படி ஒரு ஆகிருதி
கதை எடுக்காத இந்த பீமனுக்கு

முக்காமல் முனகாமல்
மூன்று கல் தூரம்
முழு அரிசி மூட்டையைச் சுமப்பான்

ஆழச் சேற்றில் பாரவண்டி
அலைமோதுகிறதா?
  ஊமையனைக் கூப்பிடு
கலியாண வீட்டில்
வெண்கல உருளியை
அலாக்காகத் தூக்க வேண்டுமா?
  ஊமையனைக் கூப்பிடு
வேப்பமரம் கூரைமேல் விழாமல்
வெட்ட வேண்டுமா?
  ஊமையனைக் கூப்பிடு

◼

கணக்கச்சி தோட்டத்து
மேய்ச்சல் குறை (புல்வெளியில்)
ஊர் விடலைகள் ஒரு புறமும்
இவன் ஒருபுறமுமாகப்
பலீஞ் சடுகுடு பந்தயம் நடந்தால்
நோன்பு சாட்டினாற் போல்
கூட்டம் திரளும்

நிச்சய வெற்றிக்குப் பின்
வெள்ளி ரூபாயைக் காதுமடலில்
செருகிக் கொண்டு
பெருமாள் கடை டீயும்
பொம்மக்கா கடைப்
போத்தாளை*யும் மணக்க
வீர உலா வருவான்

❑

அன்றைக்கு உறுமண்ணன்
அடிவயிறு குலுங்க ஓடி வந்தான்
 "ஊமையனுக்குக்
   கால் கை வரலீங்களாம்"

★ போத்தாளை - புகையிலை

புழுதித் திண்ணையில்
அடியற்ற ஆச்சா மரம்
கிளைகளோடு கிடத்தப்பட்டிருந்தது
ஞாயிற்றுக் கிழமை அதிகாலையில்
செல்லான் வெட்டும்
ஆட்டுத்தலைக் கண்கள் போல்
அசைவின்றி வெறித்தன
அவன் விழிகள்

உயிரற்ற கண்களிலிருந்து
ஒழுகும் ஜீவனைப் போல்
கண்ணீர்க் கோடுகள்

தொண்டையில் மௌனம் உடைகையில்
ரங்க போயன் சம்மட்டி தாக்க
வீறிடும் பன்றியின் மரண ஓலம்...

❑

தேவாத்தாளும் சடைச்சியும்
கிசுகிசுத்துக் கொண்டு போனார்கள்
“ஒரு நா ராத்திரி
கல்லாங்காட்டு முண்டைப்பிராணி
கிட்ணவேணி கிட்ட
வாலாட்டீட்டானாமா...
மலையாளத்து மந்திரவாதி கிட்ட
மருந்து வாங்கி வெச்சுட்டானாமா
அவளெ வச்சிருக்கிற காளியப்பன்...
அதெவிடு
ஊரு வம்பு நமக்கெதுக்கு?”

❍

அங்கீகரிக்கப்படாத காதல்

சிவலைப் பசு மாதிரி
இருப்பாள் வள்ளியாத்தாள்
கிராமத்துக்கே அன்னியம் போல்
அப்படி ஆளை அடிக்கும் சிவப்பு

தலைமுடி செம்பட்டை யானாலும்
செம்பருத்திக்குக் கண்ணும் மூக்கும்
வரைந்தாற் போல் முகம்

நடுத்தரக் குடும்பம்
நகை நட்டு இல்லை

“கொத்தீட்டுப் போகட்டுமாடி”
என்று கொள்ளிக்கண் வைப்பார்
கோவாலுத் தாத்தா

கிளி மூக்கு மாம்பழத்தை யாரோ
கொத்தித்தான் போய்விட்டார்கள்

❑

குளம் - குட்டை
ஆறு, வாய்க்கால்
புளிய மரம், வேப்ப மரம்
எதுவும் துப்புத் தரவில்லை
மெல்லப் பரந்தது வதந்தி

"அண்ணைக்கிருந்து
மாட்டுக்காரக்
கன்னியப்பனையும் காணோமாம்"

ஓடிப்போய்விட்டார்கள்

இத்தனைக்கும் ஒரே சாதி
அந்தஸ்தில்தான் ஏற்ற இறக்கம்

❏

ஒரு வாரம் கழித்து
குடமெடுத்துத் தண்ணீருக்குப் போனவர்கள்
கூடையோடு தோட்டம் சென்றவர்கள்
வேப்பங்குச்சியை மென்றபடி
வெளியே வந்தவர்கள்
விநாயகர் கோவில்
அருகில் வந்ததும்
அதிர்ச்சியில் உறைந்தார்கள்

அவனும் அவளும்
புத்தாடையும்
புதுமெருகும் குலையாமல்
இச்சிமரத்தைச் சுற்றிவந்து
சாமி கும்பிடுகிறார்கள்
அவன் முகத்தில் புன்னகை
அவள் நடையில் கம்பீரம்

கூலிக்காரி திருமாத்தாள் மட்டும்
ஓடிவந்து கைகொடுத்து
ஆலாத்தி சுற்றி
அழைத்துப் போனாள்
முழுவதுமாக ஊர்
முகம் திருப்பிக் கொண்டது

வேலை இல்லை. கூலி இல்லை
கஞ்சி குடித்தபடி
கவலையின்றிக் காதலித்தார்கள்

ஓடுகாலி என்று
ஒதுங்கி முகம் சுளித்தவர்கள்
நாணப்படும்படியாய்
வருசம் ஒரு பிள்ளை பெற்றார்கள்
அஞ்சில்
இரண்டு பெண் பிள்ளை

❑

ஓடி மறைந்தன
ஒன்பதாண்டுகள்

அவள்
பரதேசிக் கோலத்தில்
அவன்
பாயும் படுக்கையுமாய்.
மரகதச் சிலைகளான
குழந்தைகள்
மரப்பாச்சிப் பொம்மைகளாய்...

❑

பரிதாபப்பட்டு எவரோ
பெரிய பையனைக்
கிளீனர் வேலைக்குப்
பரிந்துரைத்து விட்டார்கள்
யந்திரத்தைச் சுத்தம் செய்கிறான்
அரைவயிறு நிரப்ப

இன்றுவரை
அந்தக் காதலை
ஆசீர்வதிக்காத மனிதர்களின்
அந்தரங்கங்களை
யார் சுத்தம் செய்வது?

❍

அரங்கேற்றம்

பரவசத்தில்
களைகட்டிக் கொள்ளும்
மேகாட்டு மயில்சாமிக் கவுண்டர்
சிங்காரக் காம்பவுண்டு

கோடைப் பருவத்தில்
கிராமம் முச்சூடும்
நாடகத் தாகத்தில்
தவியாய்த் தவிக்கும்

ஊர்ப் பெரியதனக்காரர்களின்
உடல் பொருள் காப்பி உதவியோடு
வள்ளித் திருமணமோ
கோவிலன் கண்ணகியோ
பவளக்கொடியோ
ஏதோ ஒன்று அரங்கேறும்

கதாநாயகி மட்டும்
மதுரையோ, கரூரோ, திண்டுக்கல்லோ
இரவலாய்த் தரும்.
வருவது சுந்தராம்பாளோ
வனஜாட்சியோ யாரானாலும்
கந்தர்வ கானலோல மதுரகோகில
ஏழிசைச் செல்வி
என்ற பட்டம் பொதுவானது

மற்றபடி
எல்லாம் உள்ளூர்ச் சரக்குத்தான்
மூங்கில் கிழக்குவளவுப்
பண்ணாடி உபயம்
தார்ப்பாய் மணியகாரரர் உபயம்

பழைய ஜமுக்காளம்
கடைக்காரரர் கந்தசாமி உபயம்
சேர், பெஞ்சு
பள்ளிக்கூட வாத்தியார் உபயம்
சீன் படுதாக்கள்
சோதிடர் முத்துச்சாமி உபயம்

பக்கத்துக் கூரைவீட்டில்
வள்ளி மேக் அப் போடும்போது
பவுடர் ஒட்டுகிறதோ இல்லையோ
ஒண்டி ஒண்டிப் பார்க்கிற கண்கள்
நன்றாகவே ஒட்டிக்கொள்ளும்

இரவல் வாங்கிய
டீக்கடை பெட்ரோமாக்ஸ்
திடீர் திடீரென்று
கதாநாயகி பயந்து போகும்படி
தீப்பிடித்து எரியும்
இரவு பத்து மணிக்கு மேல்
சகல கலா வல்ல அருணாசலம்
மிருதங்கத்தைத் தட்டி
கோட்டூர் பேச்சிமுத்து
ஆர்மோனியத்தை அலறவிட்டால்
முதல் சீன் - கழுகாசல முருகன்
- அட்டை மயில் மீது
ஆரோகணித்தபடி
கோடை இடி குமரப்பா...
சங்கீதம் தெரிந்த
எங்கள் ஊர் ஹீரோ

பக்கத்து ஊர் மைனர் ராசியப்பன்
சாராயச் சிவப்புக் கண்களோடு
'அவளெ வரச்சொல்ரா'
என்று தன் கைத்தடிகளுக்குக்
கட்டளை போடுவார்
'கொஞ்சம் பொறுங்க சாமி'
என்று தேற்றுவான் குருவிக்காரக் கிட்டான்

"கொஞ்சம் கிளி குருவி மைனாவே
கூட்டமாய் இங்கே வராதீர்...
சோ... சோ... சோ..."

என்று ஆலோலம் பாடிக்கொண்டே
வள்ளி தினைப்புனத்துக்கு வருவாள்

வியர்வையில் முகப்பவுடரும்
அக்குளும் நனைந்தபடி
குறுக்கும் நெடுக்குமாய் நடக்கும்போது
    "சிட்டாஞ் சிட்டாங்குருவி
    சிணுக்குத் தான் - இந்தச்
    செவலப் புள்ள கிட்ட ஒரு
    கணக்குத் தான்"
என்று சில்லறைக் காசுகளை வீசி
ஆடுவார் மைனர்.

உடனே திரை போடப்பட்டு
பபூன் வருவார் - சண்முக ஆசாரி
ஏகமாய்க் குதி போடுவார்
குழந்தைகள் சிரிக்கும்
    "அச்சு முறிஞ்ச வண்டி
    ஆரக்கால் போன வண்டி"
என்று அவர் பாட ஆரம்பித்ததும்
அவருடைய வண்டிப் பட்டறை நினைவில்
எல்லோரும் சிரிப்பார்கள்.

சில வேளைகளில்
பொரிக்கார நாட்ராயன்
பபூனாய் வருவதும் உண்டு
சிரிப்பதை விடவும்
அந்தப் பயங்கரக் கருப்பு நிறத்தில்
ஈர்ப்பட்ட பெண்களும் உண்டு

எங்கள் ஊர் நாடகத்தில்
தேசியப் பாடல்களை
எவரும் பாடியதே இல்லை

காலை மூன்று மணியளவில்
பார்வையாளர்களில்
முக்கால்வாசி முழுத்தூக்கம் போடுகையில்
வள்ளிக்குக் கந்தன்
மாலை சூடி மங்களம் பாடுவார்

அப்புறம் தான்
உண்மையான நாடகம்:
கதாநாயகி மதுரை சுந்தராம்பாளை
ரயிலேற்றி அனுப்ப
சவாரி வண்டியோடு
மைனர் காத்திருப்பார்

வண்டிப் படியில்
ஏழிசைச் செல்வி
கால்வைக்கும் முன்பு
ஜமுடா டீ எடுத்துக்கொண்டு
ஓடி வருவார் மயில்சாமி செட்டியார்
மைனருடன் ஒட்டி நெருங்கி
கதாநாயகி உட்காரும்படி
பவுன் கூடவே பின்னால்
ஏறிக் கொள்வார்

வண்டி ஊரைவிட்டு
வெளியேறும்போது
கதாநாயகன்
ஜமுக்காளம் மடிக்கத் தொடங்குவார்

கல்லும் காடும்

களைத்துப் போன பட்டுப்பூச்சி
ஒய்வெடுப்பது போல
காலம் பல பார்த்த கண்களை
களைப்பால் மூடித் திறந்தார்
நடுக்காட்டுப் பெரியசாமி

போன புரட்டாசியோடு
எழுபத்தேழு முடிந்துவிட்டது

சாயங்காலம்
மெல்லத் தடியூன்றிக்
குள்ள வெட்டான் பாறைக்கு
வந்துவிடுவார்.
உரலில் போட்டுத் தூளாக்கிய
தாம்பூலத்தைக்
கூடவே வரும் பூனையன் மகன்
வேட்டை தருவான்
பல்லில்லாத தாடை,
வெற்றிலையை மெல்லுவதற்கு
முன்னும் பின்னுமாய் அசைகையில்
ரயில் என்ஜின் ஞாபகத்தில்
வேட்டை சிரித்துக் கொள்ளுவான்

கண்களுக்கு மேல்
சுருக்கம் விழுந்த கையை
நிழற்குடையாக்கித்
தெற்கே ஆற்று நடுவாக்கில்
செங்கோட்டை முகப்பாய் நிமிரும்
சந்தனக்கல்லைப் பார்த்தார்

அப்பாவுக்குத் தெரியாமல்
சுங்காரங்காட்டுக் குப்புசாமியோடு
சீட்டு விளையாடக்
கற்றுக்கொடுத்த பாடசாலை அது
என்ற நினைப்பு வர
மனசுக்குள் பூப்பூத்துக் கொண்டது

❑

அப்படியே மெல்ல
வடக்குத் திசை நோக்கிப்
பார்வை எறும்பு ஊர்ந்தது
வெகுதூரத்தில் வடகிழக்கில்
செம்பிலிக் கல்* நிழலாய்த் தெரிந்தது
கட்டுக் குடுமியை விரித்து விரித்து
ஆனைக்கல் ஓரம்
தலை முழுகிக் கொண்டிருந்த சின்ன வயதில்
அங்குதானே அந்தப் போராட்டம் நடந்தது
நாணல் காட்டின் விளிம்பில்
மேய்ந்து கொண்டிருந்த செம்மறி ஆட்டை
ஒரு மலைப்பாம்பு
(எங்கிருந்து வந்ததோ தெரியவில்லை)
காலைக் கவ்வி இழுக்க

★ செம்மறியைப் பேச்சு வழக்கில் செம்பிலி என்பர்

ஆடு அலற...
பெரிய பாறாங்கல்லைத் தூக்கித்
தான் போட்டதால் ஆடு தப்பியதையும்
காரணப்பெயராகச் செம்பிலிக் கல்
ஆகிப் போனதையும்
அசைபோட நெஞ்சு விம்மியது.

❑

குண்டுக்கல் தாண்டிப்
பெரியாண்டி கல்லில்
பார்வை அலைபாய்ந்தது...
உதடு ரப்பராய் விரிய
அகலப் புன்னகை உறைந்து நின்றது

வடக்குவளவு பழச்சாமி* பேரன்
வண்டிக்கூடு கிராப் ராமையன்
ஞாபகத்தில் வந்து நின்றான்
தெற்கு வளவு மேனகை
கருப்பாயி மேல் ஒரு கண் அவனுக்கு.
அவளோ மைனர்களின் மணிபர்ஸ்

நடு ஆற்றில் அவள் குளித்து மகிழ்கையில்
ஒரு நாள் திடீர் வெள்ளம் வர
அய்யய்யோ என்று கூக்குரலிட்டாள்
குப்பைமண் வாரிக்கொண்டிருந்த
ராமையன் நொடியில் பாய்ந்து
அநுமன் மருந்துமலை எடுத்தது போல்
வாரி எடுத்து வந்தான்
கொதி பொறுக்க மாட்டாமல்
தொடையில் ஒரு கிள்ளு கிள்ளிவிட்டான்

★ பழம் விரும்பிச் சாப்பிடும் பழனிசாமிக்கு இது காரணப் பெயர் ஆகிவிட்டது.

'மீனு கடிச்சிருச்சு'
என்று அவள் துள்ள
இவன் கை நகத்தில் பாலூறப்
பெரியாண்டி கல்மேல்
அவளை இருத்தினான்
அடுத்த நாளே ராமையனுக்குக்
கருப்பாயி வீட்டில் விருந்து நடந்தது!

ஐம்பது வருஷத்துக்கு முந்திய சம்பவம்
இப்போது கூடப் பொறாமையின் அலை
நடுக்காட்டுக் கிழவருக்குள்!

❑

மெல்லப் பார்வை
கிட்டத்தில் குவிந்தது
சுடுகாட்டு அரளிகள்
தலையசைத்து நின்றன...
ஓ... சுடுகாடு!

இந்த ஊரில் தான்
எத்தனை வகைக் காடு
மீன்கரைக் காடு, சமத்தூரான் காடு,
ஒட்டன் காடு, தெக்காலக் காடு,
கணக்கச்சி காடு, குறவன் காடு,
பாறைக் காடு, நாவிதன் காடு!

எல்லாக் காட்டையும்
காட்டு எஜமானர்களையும்
வெல்லும் இந்தச் சுடுகாடு...
"சின்னப் பையா
அதென்னடா சுடுகாட்டிலே புகையுது?"

'அதுதான்... இழுத்துக்கிட்டே
இருந்துதுங்களே... நல்லூருக் கவுண்டச்சி...
போயிட்டுதல்லங்கோ!..."

வலது கையில் கடிகாரம் கட்டி
வலதுபக்கம் வகிடெடுத்து
முதல் முதலாக முன் கொசுவம் சேலைகட்டி
காலில் கம்பெனிச் செருப்புப் போட்டு
கண்களை உருட்டி உருட்டிப் பார்த்து
மருமகளாக அடியெடுத்து வந்தவள்
ஒரு காலத்து ஆகர்ஷண மையம்

மெதுவாகப் புகை வானத்தில் கலந்தது
அந்த நீலத்தில் ஐக்கியமானது
நடுக்காட்டுப் பெரியசாமியின் பார்வை

◯

அம்மன் பண்டிகை

இரட்டைப் பம்பைகள்
வெளுத்து வாங்கிக் கொண்டிருந்தன

கும்பம் தாளித்து
மாரி அம்மனுக்கு நோன்பு கொண்டாடக்
கலசங்களின் பயணம்

எந்தக் கலசமாவது
தயங்கித் தாமதித்தால்
பம்பைக்காரர்கள் அடித்து முழக்கி
அம்மன் கலசத்தை
அழைத்து விடுவார்கள்

கலசம் எடுத்துவரும்
இளங்குருத்து ஒன்றுக்குச்
சாமி வந்துவிட்டது
பின்னுகிறது கால்...
பின்னுக்கே போகிறது

'வா, சாமி, வா, சாமி'
- பக்தர்கள் வேண்டினார்கள்
பம்பைகள் அதிர்ந்து
பரவசம் ஏறிற்று
ஆனாலும்
சாமி பின்னுக்கே போகிறது

கங்கணம் கட்டிய
பெரிய கவுண்டர் வந்தார்
          'தாயி என்ன வேணும் தாயி...'

சின்னச்சாமி சொல்லிற்று
          "ஆட்டு ரத்தம் வேணுமய்யா
          கோழித் தலை கேக்குதய்யா..."

பதில் இல்லாமல் போகவே
சாமி திரும்பி ஓடலாயிற்று

பளீரென ஓடிக்
காதைப் பிடித்தார்
கவுண்டர் அய்யா

"அடேய்... மரியாதையா நட
இல்லீணா ஒரே அப்பு*..."

கை ஓங்கியதைக் கண்டதும்
சாமி மலையேறிவிட்டது

○

★ அப்பு - கன்னத்தில் அறைதல்

கொடும்பாவி சாகாளோ?

படையெடுக்கும்
வறுமைக்குப் பயந்து
நகைகளை விற்றுத் தொலைத்தவளின்
கழுத்தில் மிஞ்சிய
தாலிக் கயிறு போல்
வற்றிக் கிடந்தது ஆறு

கொடுத்துக் கொடுத்து
ஏழ்மைப்பட்டவன் போல்
படுத்துக் கிடந்தது ஆறு

கெட்டுத் தேங்கிய நீரில்
துண்டுத் தகடுகள் போல்
மீன்கள் செத்து மிதந்தன...

எலும்புக் கூடுகள் போல்
துருத்தி நின்றன பாறைகள்
சருகுக் குவியலாய்ப்
பச்சை மறந்தன கோரைகள்
மணலில் கிணறு பறித்துக்
குடிநீருக்குத் தவித்தனர் மக்கள்

கோடைச் சூரியன்
கொப்பரை கொப்பரையாய்
நெருப்பைக் கொட்டினான்

ஜீவ நதி
உயிரை மணலுக்குள் தேடி
உள்ளே இறங்கிற்று...

❏

ஊருக்குள் பெண்கள்
தெருத்தெருவாகப் போய்
மழைக்கும்மி கொட்டிய போது
கண்ணீரும் சேர்ந்து கொட்டியது

"மானத்தை நம்பியல்லோ
        ஐயோ! வருண தேவா
மக்களையும் பெத்துவிட்டோம்
        ஐயோ! வருண தேவா
மானம் செழிக்கவில்லை
        ஐயோ! வருண தேவா
மக்க வயிறு வாடுதையா
        ஐயோ! வருண தேவா..."

பாடிக்கொண்டே வருகையில்
துயரம் இழை பின்னுகிறது
        "வேலித்தழை பறிச்சு
        விரலெல்லாம் கொப்புளமாய்
        காட்டுத்தழை பறிச்சு
        கையெல்லாம் கொப்புளமாய்"

அப்போதும் மழை இல்லை

என்ன கொடுமை அம்மா
என்று நொந்து
கும்மிக்காரப் பெண்களைக்
கூப்பிட்டழைத்தார்கள்
சன்னப் படி அளந்து
சாமை தினை போட்டார்கள்
தோதாய்ப் படி அளந்து
சோளம் கம்பு போட்டார்கள்

அத்தனை தானியமும்
அரைத்தெடுத்து மாவாக்கி
மழைக்கஞ்சி காய்ச்சி
மக்களெல்லாம் குடித்தார்கள்

அப்போதும் மழை இல்லை

❏

கந்தல் துணியெடுத்துக்
கொடும்பாவி செய்தார்கள்
கரியால் முகம் எழுதி ராட்சசியாய்
அடையாளம் செய்தார்கள்
ஒப்பாரியோடு
ஊர் முழுக்க இழுத்துவந்தார்கள்
    "கொடும்பாவி சாகாளோ?
    கோடை மழை பெய்யாதோ?
    மாபாவி சாகாளோ
    மாய மழை பெய்யாதோ?"

மாகாளி கோயில் முன்னே
வந்ததந்தக் கொடும்பாவி
மண்ணெண்ணெய் எடுத்து
விசிறி விட்டார் அதன் மீது
தீவைக்கப் பத்துப்பேர்
திமுதிமென்று வந்தார்கள்
சீழ்க்கை ஒலி பறக்கிறது
எரிகிறது கொடும்பாவி

அப்போதும் மழை இல்லை

பெரியவர்கள் கூடிப்
பேசினர் பல கூட்டம்
சாமி குத்தம் என்று சொல்லித்
தனியாகத் திட்டமிட்டார்

சரம் சரமாய் நின்று
குடம் குடமாய்த் தண்ணீரை
விநாயகர் மேலே
விடவேண்டும் மூன்று நாள்

விநாயகர் மேலே
விழுந்த தண்ணீர்
படி கடந்து நடை கடந்து
பாறைமேல் ஏறிப்போய்
ஆறுவரை சேர வேணும்

இரண்டு நாள் தண்ணீரை
எடுத்து ஊற்றிப் பார்த்த பின்னும்

உம்மென்று வானம்
உப்பிக் கிடந்தது

மூன்றாவது நாள்
முறையாக ஊர் மக்கள்
கணபதியைக் கை தொழுதார்
கரகரென நீர் பொழிந்தார்

மெல்லப் படியிறங்கி
மெதுவாகத் தடம் பார்த்து
கல்லை விலக்கி
கருமணலை இழுத்தபடி
மலைப்பாம்பு நெளிவதுபோல்
ஓடியதாம் தண்ணீரு
வெக்கையினால் அங்காந்த
வெள்ளை மணலுக்குள்
ஆற்றின் அடிவயிற்றின்
அனல் தணிக்கும் தண்ணீரு

கந்தாண்டிப் பண்டாரம்
கவலையுடன் பூசை செய்து
சூடம் எடுத்து
தீபம் காட்டுகையில்
பட்டுப் பட்டென்று மழை
படபடக்கத் தொடங்கியது
சலமூலை காலிறங்கித்
தடதடத்து மழை பொழியும்...

தற்செயலா?
பிள்ளையார் தனிச்செயலா?
மக்களது நம்பிக்கை
மழைப் பூவாய்ப் பூத்ததுவா?

யாருக்குத் தெரியும் அந்த
இயற்கை செய்யும்
திருக்கூத்து?

அங்கம்மா

நித்ய கல்யாணியைத் தெரியுமா
உங்களுக்கு?
வெள்ளையும் சிவப்புமாய்க்
கொள்ளை நாள் வாடாத
பூ அது...
எங்கள் ஊர் அக்கா
அங்கம்மா அப்படி...

முதல் மழைத் தூறல்
விழுந்த தரையாய்
அம்மைவடுக்கள் தூவிய முகம்
செவ்வந்தி பூத்தாற் போல்
எப்போதும் அதிலொரு
மாயக் கவர்ச்சி

சொதும்பச் சொதும்ப எண்ணெயிட்டு
மரச்சீப்பில் பட்டுப் போல் சீவிக்
கோடாலி முடிச்சுக்
கொண்டை போட்டாலும்

பூனைமுடி காதோரம்
பொன்னூஞ்சலாடும்
நாகரிஞ்சிப் பூவைப்
பறித்துப் பதித்தது போல்
எண்ணெய் இறங்கிய
சிவப்புக்கல் தோடு
இரவெல்லாம் திருநீற்றுப் பெட்டியில்
தவங்கிடந்து
செவிமடலில் அதிகாலைச்
சிம்மாசனம் ஏறும்

கூரையின் வெட்டுக்கை போல்
நிமிர்ந்த மூக்கின் கருவத்தை
அம்மைத் தழும்பொன்று
சற்றே அடக்கி வைக்கும்
மைபடராத விளிம்புகளோடு
மூடப்படாத செப்புச் சிமிழாய்
விரியும் கண்களுக்குள்
ஒரு ரகசிய நிலவறையின் ஆழம்

பழுப்பு நிறச் சரிகையாய்
விரிந்த புகையிலைத் தாளில்
சுண்ணாம்புத் தூளைச் சுருட்டி
உள்கன்னத்தில் செருகும்போது
உதடுகள் ரத்தம் கசியும்
சுகந்தமாய்

கால் விரல் மிஞ்சியும்
கழுத்தின் மஞ்சள் கயிறும்
கணவன் இருப்பதாய்
மெல்லக் கிசுகிசுத்தாலும்
எங்கோ கிழக்குச் சீமையில்
மறதி அடிவானத்தில் அவன்
புதைந்து போய்விட்டான்

ஒரு சங்கீதப் பண்ணையாரின்
சாயங்கால நிரந்தரமென்று
அரசல் புரசலாய்க் கேட்டதுண்டு
ஆனாலும்
ஒவ்வொரு விடியலிலும்
இடுப்பையும் எடுப்பையும் மறைத்துத்
தழையக் கட்டின சேலையோடு
களையெடுக்கப் போகும்
அன்றாடங்காய்ச்சி அவள்

அத்து அவசரமென்றால்
ஊர்ப்பெண்களுக்கு
அக்காதான் எல்லாம்.
ஆண்களுக்குக் கூட
அக்காதான்; நெஞ்சுக்குள்
தொக்கி நிற்கும் உறவு
வேறாய் இருந்தாலும்

அக்கா சிரித்தால்
அருகம்புல்லிதழ் கூடச் சிரிக்கும்
அக்கா பேசினால்
குறும்புக் குதிரைக் குளம்படி கேட்கும்
அக்கா கை அசைத்தால்
மழலைகள் ஓடிப்போய் மாநாடு போடும்
என்னதான் ஆனாள்
எங்கள் ஊர் அக்கா?
யாரிடமும் சேதி இல்லை
ஏழெட்டு வயதில்
எனது பரவசம்... அங்கம்மா

இன்று
மழையின் கசங்கலில்
மசங்கலாய் அசையும்
நித்ய கலியாணியாய்
நினைவுத் தீற்றலாய்...

◐

நழுவும் பருவம்

"ஓலையக்கா கொண்டையிலே
ஒரு சாடு தாழம்பூ
தாழம்பூச் சித்தாடை
தலை நிறைய முக்காடு ஓலே"

ஒவ்வொரு பூப்பொங்கல்
அந்திப் பொழுதும்
கன்னிப் பெண்களின் கூட்டப் பாடலாய்
பொங்கி வரும் இந்த நீரூற்று

யார் இந்த ஓலையக்காள்?

கலியாணம் ஆவதற்குக்
காத்திருக்கும் பெண்கள்
மார்கழியின் காலைகளில்
பிடித்து வைத்த பிள்ளையாரை
வழியனுப்பும் வைபவத்தில்
எழும் இந்த நறும்பாட்டு

பாவை நோன்பின்
பழைய எச்சமோ...?

"மேனாட்டு ஓலையக்கா
மேற்கே குடிபோறா..."

கன்னிமை
விடிவு கண்டு செல்கிறதோ?

❏

தை மாதத் தொடக்கம்
உத்தராயண ஆரம்பகாலம்

குளிருடை பூண்ட பூமிக்குச்
சூரிய நெருப்பு ஒத்தடம் கொடுக்க
வடக்கு நோக்கி வருகிற காலம்

குளிர்ப்பருவம் தான் ஓலையக்காளா?
இப்போது குடிமாறிப் போகிறாளா?

> "பொருமி அடியிலே
> பொறிக் கோழி மேயையிலே
> பொருமி சலசலங்கப்
> போறாளாம் ஓலையக்கா…"

அழகான ஓலையக்காள்
சித்தாடைப் பருவத்தாள்
சேலை குறைச்சலிண்ணு
சிணுங்குகிற ஓலையக்காள்
விடை பெறுகிறாள்

பூக்கூடைகளில் பிள்ளையார்களோடு
இரவில் தாரை தப்பட்டை முழங்க
தீவர்த்தி வழிகாட்ட
ஓலையக்காள் பாட்டு ஒலிக்க
ஆற்றை நோக்கி வருகிறார்கள்

கிராமத்துச் சிறுசுகள்
கண்மணிக் கொலுசுகள்

ஓடும் வெள்ளத்தில்
கூடைகள் கவிழ்கின்றன
பூக்கள் சிதறுகின்றன
பிள்ளையார்கள்
ஆற்றோடு போகின்றனர்

"சிந்தாமெ சிதறாமெ
வளத்துனனே புள்ளாரே
சித்தாத்துத் தண்ணியிலே
போறயே புள்ளாரே

வாயைக் கட்டி வயித்தைக் கட்டி
வளத்துனனே புள்ளாரே
வாய்க்காலுத் தண்ணியிலே
போறயே புள்ளாரே..."

ஏக்கக் குரல் எழுப்பி
விடைபெறுகிறது
கன்னி அரும்புக் கூட்டம்

தீவர்த்தி வெளிச்சத்தில்
பளபளத்துக்கொண்டே
ஓடுகிறது நதி
பிள்ளையார்களை அடித்துக்கொண்டு

பிள்ளைப் பருவத்தையும் கூட.

○

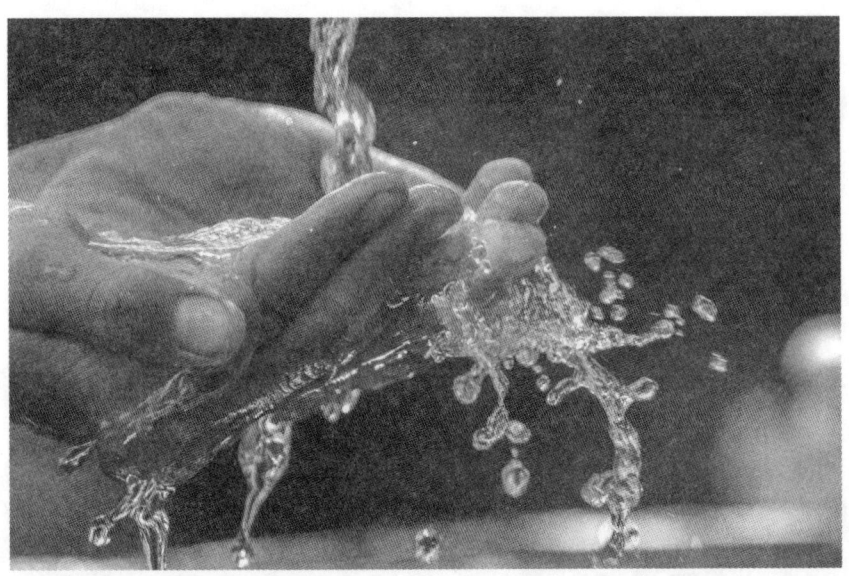

தாகம்

அந்திப் பொழுதில்
ஆகாயமும்
நட்சத்திரங்களும் தெரிந்த
ஆற்று நீரை
அள்ளினேன் பருக

வாய்க்கருகில் வந்தபோது
அதில் மிதந்தது
என் முகம்

திடுக்கிட்டுக்
கைநழுவ விட்டபோது
கேட்டது
என் குரல்.

○

அக்கா

அந்த கிராமம்
கல்யாண வீடு மாதிரி
வாழைத் தோப்புகள்
நான்கு புறமும்
தலையசைத்து வரவேற்கும்

என் அக்கா
வாழ்ந்து முடிந்த மண்

செம்மண் படிந்த என் தலையை
மடியில் சாய்த்து
ஈர்க்கோதியில் கீறிக் கீறிச்
சடக்குச் சடக்கென்று
பேன் குத்துவாள்

"இந்தப் பாழுஞ் சனியனுக
தம்பி ரத்தத்தை
எப்படிக் குடிச்சுருக்குது பாரு"
என்று வசை பாடுவாள்

❑

நண்டும் சிண்டுமான
குழந்தை குட்டிகளோடு
அலைக்கழியும் அக்கா
அடிக்கடி சொல்லுவாள்:

"எவனுக்கும்
பயப்படாதரா தம்பி

என்னைப் பாரு
கட்டுன மகராசன்
கனவாய் போய்ட்டாரு

தன்னந்தனிக் கட்டையா
நிக்கறேன்
கால்வயிறு சாப்புட்டு
குழந்தைகளைக் கலங்காமப்
பாத்துக்கறேன்

மீனாட்சிண்ணா
ஆனானப்பட்ட
ஆம்புளக நடுங்குவாங்க
எதுக்கும் பயப்படாதே
நான் இருக்கறண்டா”

❑

பழுப்பேறிய முகத்தோடு
உழைப்பேறிய கையோடு
ஒவ்வொரு விடுமுறையிலும்
சின்னக் கண்கள் சிரிக்கக்
காத்திருப்பாள் எனக்காக...

“அந்த ஊருலே ஒம்மேல
எவளாச்சும் கண்ணுவச்சா
அவ முதுகு பழுத்துரும்
சீவக்கட்டை பிஞ்சுபோகும், ஆமா...”

வெகுளி அக்கா
விண்ணாரம் பேசுவாள்...

❑

பேர் சொல்லி
அழைத்தே இராத அக்கா
பிள்ளைகள் பெற்றே
நோய்க்களமானாள்.
படுக்கை வாசியைப்
பார்க்கப் போனேன்

பச்சை குத்திய
எலும்புக் கைகளைப்
பற்றியபோது நடுங்கின...

“ஏங்கண்ணு…
ஒன் நெனப்பாவே இருந்திச்சு…
இனிப் பொறப்பட்டுருவேன்
ஒரே பயம்தான் கண்ணு
வாய்க்கா மேட்டு
மசானத்திலே
என்னைய தனியா
விட்டுட்டு வந்தா
ராத்திரி எப்படீடா
அங்கிருப்பேன்…”

❑

அப்பாவி அக்கா
அடங்கு முன் சொன்னேன் :

“அப்புடி உட்டுருவமா
அக்கா
பெரியப்பன், அப்புச்சி
பச்சீமக்கா
எல்லாம் அங்கே
தொணயா இருப்பாங்க
பயப்படாதே, சொல்லி வச்சுருவம்ல
அக்கா… ஒண்ணும் பயப்படாதே”

ஆறுதல் திரண்டு நீராய் வழிய
அக்கா கண்கள்
அமைதி கண்டன.

❍

நதியை வியந்து...

பின்னிணைப்பு - 1

கவிஞர் மீராவிடமிருந்து ஒரு கடிதம்

அன்புள்ள சிற்பி

தங்கள் கிராமத்து நதியைப் படித்து முடித்து விட்டு உடனே எழுத நினைத்தேன். நெய்வேலி போய் ஏறக்குறைய ஒரு மாதம் தங்கி விட்டேன். வந்ததும் கூட பேனாவைப் பிடிக்க முடியவில்லை.

தங்கள் தொகுதிகளிலிருந்து மட்டுமல்ல, பிற கவிஞர்களின் நூல்களிலிருந்தும் மாறுபட்டுத் தனித்து நிற்கிறது கிராமத்து நதி. பழமலை எழுதிய சனங்களின் கதை பலரால் பாராட்டப்பெற்றது அதன் தனித்தன்மைக்காக. அதைவிடக் கிராமத்து நதி என்னைக் கவர்ந்தது. வ.ரா. வசனத்தில் எழுதிய நடைச்சித்திரம் போல் ஒவ்வொரு கவிதையும் அமைந்துள்ளது.

அணைகளை உடையுங்கள்
ஆறுகள் பாடட்டும்

என்று கம்பீரமாகத் தொடங்கி, நூல் நெடுகத் தங்கள் கைவண்ணம் பளிச்சிடச் செய்திருக்கிறீர்கள்.

ஆத்துப் பொள்ளாச்சிதான் - அங்கே ஓடுகிற நதிதான் சிற்பி என்னும் மாபெருங் கவிஞனைப் பெற்றுத் தந்திருக்கிறது! எனக்கெல்லாம் இப்படி ஒரு நதி கிடைக்கவில்லையே! மதுரைத் தியாகராசர் கல்லூரியில் பயின்றபோது ‘கொஞ்ச காலம் வைகைக் கரை வாசம். புனலாறு அன்று இது மணலாறு என்று வேடிக்கையாகப் பாடும்படிதான் வைகை வறண்டு கிடக்கும்.

உங்கள் ஆதிக் கவிதைகளின் தொப்புள் கொடியான கிராமத்து நதியை எவ்வளவு அழகாக வருணித்திருக்கிறீர்கள்!

எங்கிருந்து வருகிறது இந்த நதி, என்று கேட்டு என்னை முழுக்காட்டி, என்னையே கரைத்துக்கொண்டு என்று விடை யளிக்கும்போது அந்த நதி ஜீவ நதியாகிறது.

தானும் உணவாகி
மீனும் உணவாகும்
இந்த நதிக்கு
நானும் உணவாவேன்

என்னும் வரிகளைப் படித்தபோது சில மணித்துளிகள் சிலிர்த்துப் போனேன். அதி உன்னதமான அழுத்தம், வீச்சு அந்த வரிகளில் நிறைந்து நிற்கின்றது.

சுந்தர ராமசாமியின் புளியமரத்தின் கதையைக் காப்சூல் செய்தது போல் கச்சிதமாக அமைந்த கவிதை அத்தி மரம். அத்திமர ஞாபகங்களை அருமையாகப் பதிவு செய்திருக்கிறீர்கள்.

மூன்று கனவுகள் விநோதத் தன்மையுடன் மாய அழகுகளுடன் அமைந்த வித்தியாசமான கவிதை. அந்தக் கவிதையைப் பதம் பிரித்துப் பொருள் சொல்வதை விட, அனுபவித்து உணர வேண்டும்.

இளம் பருவத் தோழன், மலையாளக் காற்று, பெல்ஜியம் கண்ணாடி, அங்கீகரிக்கப்படாத காதல், அரங்கேற்றம், கொடும்பாவி சாகாளோ, தெற்குவளவுப் பாட்டையா முதலிய கவிதைகள் என்னைப் பெரிதும் மயங்கச் செய்தன.

மாப்பிள்ளைக் கவுண்டர் முதல் விதவிதமான பெயர்களை Nativity குன்றாமல் - வைத்து அவர்களை ஜம்மென்று அறிமுகப் படுத்துகிறீர்கள்.

அசோகர் காலத்து இரும்புத் தூணையும்
ஐந்நூறு வருடத்துத் தேக்கு மரத்தையும்
காணாத கண்களுக்கு ஓர் ஆறுதல் இவன்

என்று ஊமையனை, கதை எடுக்காத பீமனாக - பிரும்மாண்டமான ஆகிருதியில் தூக்கி நிறுத்தியிருக்கிறீர்கள்.

கொங்கு நாட்டு மணம் கமழும் காட்சிகள் மட்டுமல்ல, சொற்களும் இத்தொகுப்பில் அதிகம். இலக்கிய நடையை, வழக்கமான கவிதை நடையைச் சற்றே விலகியிருக்க வைத்துவிட்டுச் சுதந்திரமாகப் பேசுகிறீர்கள். கிராமத்துச் சாயல் ஒவ்வொரு கவிதையிலும் கொலுவிருக்கிறது. ஏராளமான புதுச் சொற்களைச் சீதனமாக வழங்கியிருக்கிறீர்கள்.

ஓ ஹென்றி பாணியில் சில கவிதைகளை ஒரு திருப்பத்துடன் (Twist) முடித்திருப்பது அழகாய் உள்ளது.

அம்மாவின் கண்கள் இருந்த இடத்தில்
மங்கிய இரண்டு கண்ணாடித் துண்டுகள்

என்ற முத்தாய்ப்பு வரிகளை மறக்க முடியவில்லை.

தாடகைக்குப் பல் முளைத்ததுபோல்
தாறுமாறான வீடுகள்

கழுத்தில் மிஞ்சிய தாலிக் கயிறு போல்
வற்றிக் கிடந்தது ஆறு

அவளோ மைனர்களின் மணிபர்ஸ்

- இந்த வரிகளில் உள்ள எளிமை அசாதாரணமான வசீகரத்துடன் யாரையும் வசப்படுத்தும்.

ஒரு முறை படித்துவிட்டுத் தூக்கி வைத்துவிடக்கூடிய தொகுப்பல்ல இது. மீண்டும் மீண்டும் படிக்கும்போது புதுச்சுவை தட்டுப்படும்.

இந்தத் தொகுப்பின் வெற்றிக்குப் பின்னால் மலையாளப் பெண் மறைந்து நிற்கிறாள். மலையாளக் காற்றே வா என்று நீங்கள் எவ்வளவு இதமாகக் கூப்பிடுகிறீர்கள்!

எனக்குள்ள சந்தேகம், இந்த மாதிரி இதமாக வேறு யாரையும் கூப்பிட்டதில்லையோ!

சிவகங்கை   அன்புள்ள
19-4-99   - மீரா

பின்னிணைப்பு - 2

புதிய நிலவியல் கவிதைகள்
(Geographical Poetry)

மனிதர்கள் ஒவ்வொருவரின் மனத்துள்ளும் கிடக்கின்றன காலத்தின் ஏடுகள், வாழ்க்கையின் வாசிப்புகள்.

பலருக்கு அன்றாடக் கூளத்தின் பொதியில் அனுபவத்தின் தங்கக் கிரணங்கள் அமுங்கிப் போய்விடுகின்றன.

காலத்தின் மீது குதிரையேற்றம் பழகும் கவிகள் வாழ்க்கையைப் பின் திரும்பிப் பார்க்கும்போது, மறுவாசிப்புகள் கவிதை வண்ணச் சித்திரங்களாகி விடுகின்றன. மன ஆழத்தில் வட்டமடித்த நினைவு மீன்கள் காற்றில் தாவி சூரியக் கதிர்களை உண்ணும் அதிசயம் நடக்கிறது. கவிஞர் சிற்பியின் ஒரு கிராமத்து நதி அனுபவக் கிரணங்களின் அணிவகுப்பு. வாழ்க்கையை மண்ணின் நாதங்களோடும், மனிதர்களின் முகவரிகளோடும் காற்று தந்த கதைகளோடும், செடி கொடிகளில் தங்கிய சங்கீதங்களோடும் வண்ணமடிக்காத உண்மை களோடும், நம்முன் இறக்கி வைக்கின்றன இந்தக் கவிதைகள்!

பாலக்காட்டுக் கணவாயின் தெற்குத் தாழ்வாரத்தில், ஆழியாற்றங் கரையில், ஆத்துப் பொள்ளாச்சி கிராமத்தில், தன் அடிநாட்களில் சந்தித்த வாழ்க்கையை சிற்பி கவிதையாக்கியுள்ளார்.

தும்பைப் பூ மனிதர்கள், அத்தி மரங்கள், அடர்ந்து சுற்றிய நாணற் புதர்கள், நதிநீர் குதித்துத் தாவிய மலைப்பாறைகள், இளம்பருவத் தோழர்கள், குறும்புக் கிழவர்கள், பாடல் பெற்ற அழகிகள்... இவற்றில் ஒரு கிராமத்தின் உயிர்ப்பு கவிதைச் சித்திரமாய் மாற்றம் பெறுகிறது.

பழம் நாட்களை அசைபோடத் துவங்கியவுடன் கவிதைச் சொற்கள் நுரைகட்டிப் பொங்கும் ஒரு பழம் வாழ்வை ஏந்திக் கொள்ளும் கனவுக் கிண்ணமாகி விடுகிறது!

கவிஞர் சிற்பியின் சொற்களில் ஒரு குழைவும் ஆனந்தமும் இழையோடுகின்றன. சொந்தத்திற்குக் கிளை விரிக்கும் சிநேகச்

சொற்கள் சில பக்கங்களில். தள்ளி நின்று மெல்லச் சிரிக்கும் குறும்புச் சொற்கள் சில பக்கங்களில்.

கவியின் தாகம் வெளிப்பட்டு விடுகின்றது! ஆற்று நீரில் ஆகாயமும் நட்சத்திரங்களும் நிழல் காட்டுகின்றன. ஆர்வத்துடன் அள்ளிப் பருகுகையில் கவியின் முகபிம்பம்! தன் முகம் கண்டு திடுக்கிடுகிறார். கவிஞர் விரல்களுக்கிடையே நீர் நழுவுகிறது. நெஞ்சில் புது ஊற்று, குரல்வளையில் கவிதை வெள்ளம். தானும் நதியும் சங்கமிக்கும் கவிதைச் சம்போகம்!

கிராமத்து வாழ்வைச் சுற்றிச் சுற்றி வருகிறது நதி. எத்தனையோ மனிதர் பற்றிய கவிதைகள், காவியமாகியிருக்கக்கூடிய குறிப்புகள், கிசுகிசுப்புக்களில் புதைந்துவிட்ட உணர்வு வெள்ளங்கள் எல்லா வற்றையும் கவியின் நதி வளைய வருகிறது. ஏர்பிடித்து நிலத்தில் எழுதியது தவிர ஏடெடுத்துக் கற்றறியாத பாட்டையா தொடங்கி எத்தனை மனிதர்களின் முகங்கள் விலாசங்கள் குண விசித்திரங்கள்!

ஆனால் சிற்பியின் கவிதைகள் ஒரு மனிதர் அணிவகுப்புச் சித்திரமாக, ஒரு 'Portrait Gallery' ஆக, ஒரு குரூப் போட்டோவாக நின்றுவிடவில்லை என்பதே இந்தக் கவிதைகளின் வெற்றிக்குக் காரணம். இல்லையென்றால் சுவாரஸ்யமாகக் கதை சொல்லும் கிழவர்கள் மாதிரி அல்லவா கவியும் ஆகியிருப்பார்!

கிராமத்தின் மண்ணும் காற்றும் செடி கொடிகளும் இங்கு பேசுகின்றன! பறவை முட்டைகள், எருமை மாடுகள், மரவட்டைகள் எல்லாம் கதை சொல்கின்றன!

கவிதைச் சொற்களுக்கிடையே சாண்ட்விச் செய்த கொங்குத் தமிழ் உரைகள், இந்தக் கவிதைகளுக்குத் தனி அடையாளம் தீட்டித் தருகின்றன. மண் அதனை அடையாளப்படுத்தும் பசுமை, மனிதர்கள், அவர்களை அடையாளப்படுத்தும் தனிமொழி, இவற்றில் கிளர்ந்தெழும் வாழ்க்கை ஆகியவற்றால் புதுமைக் குணமும் தனிப்பெருமையும் பெற்றுத் திகழ்கின்றன இந்தக் கவிதைகள். கவிஞர் சிற்பியின் இந்தக் கவிதைகளை நிலவியல் கவிதைகள் (Geographical Poetry) என்று சொல்லலாம்.

கவிஞரின் கனவும்கூட இந்த வரைவிலக்கணத்தைத் தாண்டவில்லை. மூன்று கனவுகள் என்ற கவிதை இதற்குச் சான்று. டபுள்யு பி யேட்சு என்ற ஐரிஷ் கவிஞர் எழுதிய பைசான்டியம் கவிதை போன்றது இந்தக் கவிதை.

மாய உலகின்
வியப்பு வீதிகளில்
தங்க இலை அடர்ந்த மரங்கள்
பின்னிப் படரும் வெள்ளிக்கொடியில்
பவளப் பூக்கள் மாணிக்கப் பழங்கள்

என்று தொடங்கும் மூன்று கனவுகள் கிராமத்துப் பொருட்களின் கவிதையாக ஆடைகட்டி வருகிறது.

Pure Poetry எனப்படும் கவிதை ரகத்தைச் சேர்ந்த இந்தக் கவிதையில் கவியின் கனவுகள் இயற்கை வாழ்வைச் சுற்றியே வருவதைக் காண்கிறோம். தம் கனவுகளிலும் கிராமத்து நதி தன்னை அடித்துக் கொண்டு போவதாகக் கவிஞர் காண்கிறார். தன் பிரியக் குழந்தை என்றும் தன் தொப்புள்கொடி என்றும் கிராமத்து நதியைக் கவிஞர் வருணிப்பதில் உண்மை புரிகிறது.

- கவிஞர் பாலா

பின்னிணைப்பு - 3

சிற்பியின் ஒரு கிராமத்து நதி கவிதைத் தொகுப்பை வாசித்தபொழுது...

படைப்பிலக்கியத்தின் பலம் வாசிக்கும் 'நான்+ஐ' பாடத்துடன் இணையவும் லயிக்கவும் செய்வதுதான். அந்த விடயத்தில் கவிதை மற்றைய படைப்பிலக்கிய வகைகளைவிட எப்பொழுதும் மேலாண்மை உடையது. அதனுடைய சொல்தேர்வு, அந்தத் தேர்வின் ஒலியமைதி, அந்தப் பொருளும் லயமும் கிளப்புகிற மன, சித்த அலைகள். நல்ல கவிதையிடம் நம்மை வெகுசீக்கிரத்திலும் அதேவேளை ஆழமாகவும் ஒன்றவைத்துவிடுகின்றன. இவற்றுடன் வாசிக்கும் நாளின் அனுபவமும் கவிதையின் அனுபவமும் ஒன்றாக இணைய முடியுமானால் அந்த லயிப்பு மேலும் பலமாகும்.

சிற்பியின் ஒரு கிராமத்து நதியை வாசித்த பொழுது எனக்கு அந்த அனுபவம் ஏற்பட்டது. எனது சொந்தக் கிராமத்துக்குப் போக முடியாத தொலைவிலும் சூழலிலும் இருக்கும் எனக்குச் சிற்பியின் ஆத்துப் பொள்ளாச்சியும், அங்கு ஓடுகிற ஆழியாறும் என் கிராமமாகிய கரவெட்டியே ஆகிவிடுகின்றன. எங்கள் ஊரில் ஆறு இல்லைதான், ஆனால் ஆத்துப் பொள்ளாச்சியில் உள்ளது போலவே அங்கும் தெற்கு வளைவுப் பாட்டையாக்களும் அத்தி மரங்களும் நாவல் மரங்களும் மாப்பிள்ளைக் கவுண்டர்களும் இளம் பருவத் தோழர்கள் ஆறுமுகங்களும் நிறைய இருக்கின்றனர். 1940-களின் கரவெட்டியில் சிற்பி கூறுகிற காலத்துப் பொள்ளாச்சி மனிதர்கள் நிறைய இருந்தார்கள். பாரம்பரிய தமிழ்க் கிராமங்களின் பண்பு இதுபோலும். சிற்பியின் அம்மாவில், என் அம்மாவின் நினைவுகள் வருகின்றன. தன் குடும்பத்தைப் போலவே அயலையும் நேசித்த பெரு மனதுக்காரி.

இந்த ஈடுபாடு ஒரு கிராமத்து நதிக்குள் ஈடுபாட்டுடன் நுழைய இடமேற்படுத்தியது. இந்த ஆரம்ப ஈடுபாட்டுக்கு அப்பாலே சிற்பியும் அவரது கிராமமும் கிராமத்து நதியும் தனித்துவத்தோடு நிற்கின்றன.

ஏறத்தாழ பத்து வருட இடைவெளிக்குப் பின்னர் கடந்த ஆறு மாதங்களாகத்தான் தமிழகத்துக் கவிதைகளுடன் மீண்டும் ஊடாடுகிறேன். ஞானக்கூத்தனையும் சிற்பியையும் மீண்டும் வாசிப்பது மாத்திரமல்லாமல் அவர்களின் அண்மைக்கால முதிர்நிலைக் கவிதைகளோடும் ஊடாடுகிறேன். ஈழத்து இலக்கிய ஆர்வலன் என்னும் வகையில் ஓர் உண்மையைப் பதிவு கொள்ளல் அவசியமாகிறது. கடந்த பத்துப் பதினைந்து வருட காலத்து சமூக அனுபவங்களிலேயே தமிழகத்துக்கும் ஈழத்துக்கும் ஓர் இடைவெளி உண்டு. புனைகதையில் அது தெரிகின்றது உண்மை என்றாலும், கவிதையில் அது தெரிவது போன்று மற்றைய இலக்கிய வகைகளில் தெரியவில்லை என்றுதான் கூற வேண்டும். கடந்த பத்துப் பதினைந்து வருட ஈழத்துக் கவிதையினூடாக நாங்கள் பெற்றுக்கொண்ட நுஃமான், சேரன், ஜெயபாலன், புதுவை இரத்தின துரை, விஜயேந்திரன், அரவிந்தன், சிவசேகரம் ஆகியோரின் ஆக்கங்களைச் சமகாலத் தமிழகக் கவிதைகளோடு ஒப்புநோக்கும் பொழுது இந்த வேறுபாடு தெரிகிறது. இதனால் அந்தக் கவிஞர்களின் அனுபவங்கள், எடுத்துரைப்பு முறைகள் தமிழகக் கவிதைகளுள் ஒரு புதிய மாதிரியான தேடலை மேற்கொள்ளத் தூண்டுகின்றன. இந்த நிலையில்தான் சிற்பியின் ஒரு கிராமத்து நதி அதனுடைய நிரந்தரத் தன்மையும், குதறல் எதுவுமில்லாத அதன் தண்ணென்ற ஓட்டமும் மனதைக் கவருகின்றன. இவற்றுக்கு மேலாக உண்மையில் மனதைக் கவருவது புதுக்கவிதை. தமிழ்ப் பலவீனமாகிவிட்ட (பிரிக்க முடியாத தமிழ்க் கவிதையாகிவிட்ட) அந்த வரலாறுதான். தமிழகத்தின், ஐம்பது களுக்குப் பிற்பட்ட தமிழ்க் கவிதைகளில் இரண்டு செந்நெறிகளை நாம் காணக்கூடியதாக இருக்கிறது. ஒன்று மாறிவிட்ட மத்திய தர வாழ்க்கையின் லயசுருதி பேதங்களைச் சுட்டுகிற ஒரு மொழி நடை, லயம், கவிதைப் பொருள். மற்றது மாறிவிட்ட பொருளையும் லயத்தையும் மாறாமல் எஞ்சி நிற்கின்ற வாய்மொழிப் பாரம்பரியத்தோடு இணைத்துப் புதிய பசுமைப் புரட்சியைக் காட்டுகிற கவிதைகள். முதலாவதுக்கு உதாரணமாக வைதீஸ்வரன், ஆரம்பகால ஞானக்கூத்தன் போன்றவர்களைக் கூறினால் இரண்டாவதற்கான முயற்சியைச் செய்தவர்கள் வானம்பாடிகள் என்பது வரலாற்றுண்மை. எண்பது தொண்ணூறுகளில் தமிழ்க்கவிதை இந்தப் போக்குகளை உள்வாங்கி அப்பாலே சென்று மாற்றத்தையும் மரபையும் இணைத்துச் செல்கின்ற முறைமையில் புதிய பரிமாணங்களைத் தொடுகிறது. இதனை சிற்பி, இன்குலாப், ஞானக்கூத்தன் போன்றவர்களின் முதிர்வுநிலைக் கவிதைகளில் காணக்கூடியதாக இருக்கிறது.

தமிழில் இன்று, புதுக்கவிதைதான் மேலாண்மையுடைய கவிதை வடிவம். அதில் சந்தேகத்துக்கே இடமில்லை. மரபுக் கவிதை

எழுதுகிறவர்களே புதுக்கவிதையின் வீரியத்தை உணர்ந்திருக்கிறார்கள். (பேச்சோசை உள்ள அகவலுக்கும் அகவல் விகற்பங்களுக்கும் இன்றும் முக்கிய இடம் உண்டு. இது கவியரங்குகளில் தொடர்ந்த முக்கியத் துவத்தைக் காட்டுவது எனலாம்!)

தமிழ்நாட்டின் வாய்மொழிப் பாரம்பரியம் (oral tradition) இந்தப் புதுக்கவிதையோடு இணைக்கப்படுகின்ற முறைமையின் சிறப்பை ஒரு கிராமத்து நதி மிக வன்மையாக எடுத்துக்காட்டுகிறது. ஓடும் வரலாறு, கொடும்பாவி சாகாளோ, நழுவும் பருவம் ஆகியனவற்றில் இந்த ரசவாதம் நடைபெறுகிறது.

குளிருடை பூண்ட பூமிக்குச்
சூரிய நெருப்பு ஒத்தடம் கொடுக்க
வடக்கு நோக்கி வருகிற காலம்
குளிர்ப் பருவம் தான் ஓலையக்காளா?
இப்போது குடிமாறிப் போகிறாளா?
பொருமி அடியிலே
பொறிக்கோழி மேயையிலே
பொருமி சலசலங்கப்
போறாளாம் ஓலையக்கா...

அழகான ஓலையக்கா சித்தாடைப் பருவத்தாள்

சேலை குறைச்சலிண்ணு
சிணுங்குகிற ஓலையக்காள் விடைபெறுகிறாள்
(நழுவும் பருவம், பக். 94)

இந்த இணையைச் செய்வதில் சிற்பி பாலசுப்பிரமணியம் என்கிற தமிழறிஞரும் சேர்ந்துகொள்கிறார். பண்டைய தமிழ் இலக்கியத் தொடர்கள் மிக லாகவமாக வந்து இணைந்து கொள்ளுகின்றன.

ஒரு களைப்பு -
அப்பனூ...
என்றொரு இழுப்பு
சுற்றி இருப்பவர்கள்
ஐந்து பேரறிவும்
காதுகளாய் மாறியது. (மாப்பிள்ளைக் கவுண்டர், பக்.20)

சிற்பியின் கவிதைகளில் தோன்றுகிற ஒரு பலவீனம் கூட இந்தப் புலமைத்துவத்திற்கு ஊடாகத்தான் வருகிறது. அது உண்மையில் புலமைத்துவம் அல்ல. ஆங்கிலத்தில் Academism என்பார்கள், படிப்பாளித் தன்மை. இது எல்லாவிடங்களிலும் அல்ல என்றாலும் ஒரோவிடங்களில்

அந்தக் கவிதைகளிலே இணையாத ஒரு மேற்கிடையாக (Layer) உள்ளது. பாறைச் சிற்பங்கள் என்ற பாடலில் இந்தக் கிடை வேறுபாடு நன்கு தெரிகிறது. இந்தக் கவிதையில் வருகின்ற எல்லா (உவமப்) படிமங்களும் இயல்பாக வருபவை என்று சொல்லிவிட முடியாது. மலையாளக் காற்றில் கூட இத்தன்மையைக் காணலாம்.

> இளங்காலைப் போதில்
> தெருவே மணக்கவரும் பூக்காரிபோல்
> வாசனை நடைபோட்டு வா

என்று தொடங்குபவர்

> என்னென்ன கொண்டு
> வந்தனை காற்றே

என்று சொல்லும் பொழுது அந்தக் கவிதையின் ஜீவசுருதிக்கு அப்பாலான ஸ்தாயிகள் பேசுவது போலவே தெரிகிறது.

சிற்பியிடத்துக் காணப்படும் கவித்துவ அவதானிப்புகள் இந்தக் குறைபாட்டின் தாக்கத்தைக் குறைத்துவிடுகின்றன.

> பாறைகளைச்
> சிற்பமாக்குகிற பழக்கம்
> இதன் அலை நுணுக்கம்
> பகல்களில்
> நகரும் ஓவியம்
> இரவுகளில்
> தொலைதூரக் காற்றின்
> நாதசுரத்துக்கு அசையும்
> பாதசரம்   (ஒரு கிராமத்து நதி)

> இடிந்து சிதைந்து கொண்டிருந்த வீட்டில்
> ஒரு கொல்லைப்புறம்
> அடிதடிக்கு வருவதுபோல்
> முருங்கை மரம் ஒன்று பிசாசாய் ஆடும்
>   (இளம் பருவத்துத் தோழன்)

அடிப்படையில் பொள்ளாச்சிக்காரரிடமிருந்து தான் கவிதை வருகிறது போலத் தெரிகிறது!

புதுக்கவிதையின் வருகை பற்றியும் அதன் தன்மை பற்றியும் விவாதித்த நாம் அதனுடைய வளர்முக அம்சம் ஒன்று பற்றி எடுத்துப் பேசத் தவறுகிறோம்.

நவீன கவிதை என்பது ஒரு குறிப்பிட்ட உணர்வு நிலைக்கான ஒரு கவித்துவத் துலங்கல்தான். (Poetic response to emotional situation) (இந்த அளவில் சங்க காலக் கவிதைக்கும் நவீன கவிதைக்கும் ஒரு நெருங்கிய தொடர்பு உண்டு) இந்த உணர்ச்சி கிளத்து நிலை எவ்வாறு ஏற்படுகிறது என்பது ஒரு முக்கியமான வினா. ஏதோ ஒரு - சம்பவமே அந்த உணர்ச்சி நிலையைத் தோற்றுவிக்கும். புதுக்கவிதையில் கதை என்பது இந்தக் கவித்துவ மனநிலையைத் தோற்றுவிப்பதற்கான சம்பவமே. இதனால் இந்தப் புதுக்கவிதைகள் சிறு எடுத்துரைப்புகளாக (Narratives) மாறுகிற தன்மை உண்டு. இந்த எடுத்துரைப்பின் ஊடாகவே அந்தக் கவித்துவத்தின் உணர்ச்சி நிலை வருகிறது. புதுக்கவிதையின் பொதுப்படையான தன்மை இந்த எடுத்துரைப்பு பெரும்பாலும் சிறிய அளவினதாக இருக்கச் செய்யும். இதனால் இப்பொழுது புதுக்கவிதைகள் சிறிய எடுத்துரைப்புகளாகவும் அமைகின்றன. இதற்கான உதாரணங்கள் ஒரு கிராமத்து நதியில் நிறைய உண்டு. மாப்பிள்ளைக் கவுண்டர், இளம்பருவத்துத் தோழன், பெல்ஜியம் கண்ணாடி, அங்கீகரிக்கப்படாத காதல் ஆகிய எல்லாமே எடுத்துரைப்புகள்தான்.

புதுக்கவிதையின் சிறிய எடுத்துரைப்புகளும் நல்ல சிறுகதையின் மொழிநடையும் குறிப்பாக இறுதிப் பகுதியில் வருவனவும் ஒரு புள்ளியில் சந்திக்கும் வாய்ப்பு பலவிடங்களில் ஏற்படுகிறது. இங்கு கவிதை Narratives ஆக அங்கு Narratives கவிதையாகிறது. (சிறுகதையை முழுக்க முழுக்க உரைநடை, இலக்கியம் என்று சொல்வதில் உள் சிக்கற்பாடு இதுதான். அதில் எப்பொழுதும் உரையை மீறிய கவித்துவம் உண்டு. உதாரணம் புதுமைப்பித்தன், லா.ச.ரா., ஜெயகாந்தன் போன்றோருடைய சிறுகதைகள் பல).

சிற்பியின் எடுத்துரைப்புகளில் ஒரு சிறுகதைப் பாணி மேலோங்கி நிற்பதை அவதானிக்கலாம். (உதாரணம்: ஊமையன், கல்லும் காடும், அரங்கேற்றம், எல்லாம் விளையாட்டு போன்றவை).

இந்தக் குறிப்பு புதுக்கவிதையில் நீண்ட கதைப்பாடலைத் தருகின்ற முறைமை பற்றிய பிரச்சினைகளைக் கிளப்பும். தொடர்நிலைச் செய்யுட் பாரம்பரியத்திற்கும் நாவல்கள் சிறுகதைகளைக் கதைகளாகவே பார்க்கும் போக்குக்கும் பழக்கப்பட்டுப் போன நமக்கு இது மேலும் அழுத்தக்கூடிய ஒரு பிரச்சினையே. ஆனால் இந்த வளர்ச்சி தவிர்க்க முடியாத ஒன்றாகக் காணப்படுகிறது. இதற்கான முதல் உதாரணங்களில் ஒன்று சிற்பியின் மௌன மயக்கங்கள் (1982). மேத்தாவினுடைய நாயகம் ஒரு காவியம் மேலும் ஒரு உதாரணம். இப்படிப் பலர் புதுக்கவிதையை

காவியத்துக்கான கட்டுக் கோப்பு ஆக்கியுள்ளனர். இந்தப் புதுக்கவிதைக் காவியங்களின் வெற்றிக்கான உரைகல் யாது? இது முக்கியமான வினாவாகும். இதற்கு இங்கு நான் பதில்கூற விரும்பவில்லை. ஆனால் ஒன்றை மட்டும் முனைப்புறுத்திக் கூற விரும்புகிறேன். மரபு யாப்புக் கவிதையின் கவித்துவக் குறைச்சலே புதுக்கவிதையின் எழுச்சிக்குக் காரணமானது. புதுக்கவிதை அதன் ஒவ்வொரு சொல்லிலும் வரியிலும் கட்புலமான சொல்லடுக்கிலும் கவித்துவத்தைத் தாங்கி நிற்றல் வேண்டும். இது முடியாத பொழுதுதான் புதுக்கவிதை சொல்லலங்காரமாக, வார்த்தை ஜாலமாக மாறுகிறது. வழமையான புதுக்கவிதைகளிலேயே இந்தச் சொல்லலங்காரக் குறைபாடு உண்டு. ஒரு மிக நீண்ட கவிதையில் கவித்துவத்தைத் தொடர்ந்து பேணுவது என்பது மிக முக்கியமான விடயம். கம்பன், வில்லி போன்றவர்களுக்கே கால் தடுக்கிற விடயம். ஆனால் அவர்களுக்கு உதவுவதற்கு ஓசை நயம் இருந்தது. எடுத்துரைப்பு உத்திகள் மாறுதல் அவசியம் இவை பற்றி விரிவாக ஆராயப்படல் வேண்டும்.

ஒரு கிராமத்து நதி என்ற இந்தக் கவிதைத் தொகுதி புதுக்கவிதை பற்றி ஆழமான சிந்திப்புகளுக்கு இடம் தருகிறது. அதில் காணப்படுகின்ற கதை கூறு உத்திகள் முக்கியமாகின்றன. பெல்ஜியம் கண்ணாடி ஒரு நல்ல உதாரணம்.

சிற்பியின் கவித்துவம் விவாதங்களுக்கு அப்பாற்பட்டது. இந்தத் தொகுதியின் முதல் கவிதையாக வரும் அணைகளை உடையுங்கள் ஆறுகள் பாடட்டும் எனும் கவிதையும் இறுதியில் வரும் தாகம் எனும் கவிதையும் மறக்கமுடியாத ஆக்கங்களாக உள்ளன.

அந்திப்பொழுதில்
ஆகாயமும்
நட்சத்திரங்களும் தெரிந்த
ஆற்று நீரை
அள்ளினேன் பருக.
வாய்க்கருகில் வந்தபோது
அதில் மிதந்தது
என் முகம்.
திடுக்கிட்டுக்
கைநழுவவிட்டபோது
கேட்டது என் குரல் (தாகம்)

கவிதை ஆன்ம உசாவலுக்கான கருவியாகிறது. சிற்பியின் கவித்துவத்திற்கு முத்திரை குத்தப்படுகிறது.

இது வெறுமனே ஒரு கிராமத்து நதியல்ல. கணிக்கப்படத்தக்க ஒரு கவித்துவத்தின் ரிஷி மூலம் நதி மூலம், சிற்பியின் வெளிப்பாட்டு ஆற்றல். ஒவ்வொரு மனக்கிளர்வையும் பதிவு செய்கிற திறன் மெச்சத்தக்கது.

எங்கிருந்து வருகிறது
இந்த நதி?
மலைகளின்
மௌனம் உடைந்தா?
முகில்களின்
ஆடை கிழிந்தா?
வனங்கள் பேசிய
இரகசியங்கள் கசிந்தா
இல்லை...
என்னிலிருந்து...
என் அந்தரங்கங்களின்
ஊற்றுக் கண் திறந்து
என் மார்புகள் புல்லரித்து
என் ரத்தக் குழாய்களில்
புல்லும் பூவும் மணந்து
என்னை முழுக்காட்டி
என்னையே கரைத்துக் கொண்டு...
அங்கிருந்து வருகிறது
இந்த நதி.   (ஒரு கிராமத்து நதி)

சிற்பிக்குக் கவிதை ஆளுமையின் ஆத்மார்த்தக் கரைப்பு.

சென்னை   - கார்த்திகேசு சிவத்தம்பி
30-6-99

பின்னிணைப்பு - 4

கிராமத்து மனிதர்களைக் குறித்த ரவிவர்மா ஓவியம்

அமைதியாகப் படித்தேன். இரண்டாவது முறையும் படித்தேன். சில கவிதைகளை மட்டும் மீண்டும் படித்தேன். எனது சிற்றூரான வாங்கலாம்பாளையத்துக்கு அறுபது ஆண்டுகள் காலப்பாதையின் பின் நடந்து சென்று, அந்த நாட்களை முழுமையாகத் திரும்பி வாழ்ந்த உணர்வு வந்தது. ஒவ்வொரு பாத்திரமும் வரிக்கு வரி கொங்கு நாட்டுக் கிராமத்து வாழ்க்கையை அடி முதல் நுனிவரை படம்பிடிக்கிறது. அந்த மக்களிடையே வழக்கிலிருக்கும் சில சொற்கள் எப்படி உங்கட்கு இன்றும் நினைவிருக்கிறது என்பது புரியவில்லை.

வளவு, அப்பாரு, அங்கராக்கு, வாபொன்னு, வா சாமி, பேராண்டி, அப்பனூ, கொசுவம், முச்சூடும், வாழாவெட்டி, சோட்டாளிகள், மம்மானியா, ஏங்கண்ணு போன்ற சொற்கள் 50 ஆண்டுகள் இடைவெளிக்குப் பின் புது உருவம் பெற்று முன்நின்றன. இன்று வாங்கலாம்பாளையம் இந்தச் சொற்களையெல்லாம் இழந்துவிட்டது. எழுபதைத் தாண்டிய சிலரிடம் இங்கும் அங்குமாகக் கேட்கலாம்.

பாட்டையா, மாப்பிள்ளைக் கவுண்டர், சின்னக் கண்ணாள், ஊமையன், வள்ளியாத்தாள், கந்தர்வகானலோல மதுரகோகில ஏழிசைச் செல்வியை வழியனுப்பும் மைனர், அங்கம்மா போன்ற பாத்திரங்கள் மனத்தைவிட்டு நீங்காதவை. இவர்கள் கொங்கு நாட்டுக் கிராமங்கட்குப் பொதுவான நாயகர்கள். நாயகிகள், காலப்பாதையில் நீண்டதூரம் நடந்து வந்துவிட்ட கண்களின் முன் மீண்டும் இந்தப் பாத்திரங்கள் அடையாளம் மாறாமல் ஆனால் சற்று மங்கலாகத் தோற்றமளிக்கின்றன.

மலையாளக் காற்று, பாறைச் சிற்பங்கள். ஓடு ஓடு சங்கிலி, பெல்ஜியம் கண்ணாடி, எல்லாம் விளையாட்டு, அரங்கேற்றம், அங்கம்மா... நினைவிற்குள் நிற்கும் படைப்புகள்.

கவிதைத் தொகுப்பு என்பது ஒருபுறமிருக்க, இது ஒரு சமுதாய வாழ்வின் வரலாற்றுப் படைப்பு. கொங்கு நாட்டு கிராமத்தில் நடமாடுபவர்களுடைய ரவிவர்மா ஓவியம்.

- வா.செ.குழந்தைசாமி (குலோத்துங்கன்)

பின்னிணைப்பு - 5

கல்யாண்ஜி எழுதுகிறார்

அன்புமிக்க சிற்பி அவர்களுக்கு,

வணக்கம்.

இந்தக் கடிதத்தை நான் எப்போதோ எழுதியிருக்க வேண்டும். உங்களால் மொழிபெயர்க்கப்பட்ட சச்சிதானந்தன் கவிதைகளைப் படித்துவிட்டு, என்னுடைய மொத்தக் கவிதைகளையும் மறுபரிசீலனை செய்துகொண்டிருந்த மனநிலையில் இதை எழுதியிருக்க வேண்டும். என்மேல் அம்பாரமாகச் சரித்து மூடியிருந்த சென்னை தினங்களை முற்றிலும் அப்புறப்படுத்திவிட்டு, மாஞ்சருகுக்குள்ளிருந்து ஒரு கிளிச் சிறகை எடுப்பது போல, அந்தக் கவிதை என்னை எடுத்துக் கொடுத்தது. இரண்டு சிறகுகளால் பறக்க முடியாத தூரத்தை, அந்த ஒற்றை இறகால் கடக்க முடிந்தது. செயப்பிரகாசம் வீட்டுக் கல்யாணத்தில் உங்கள் கையைப் பற்றியதுகூட நானல்ல. அந்த ஒற்றை இறகுதான். மழைக்காலத்தின் வரைபடம் உச்சத்தைத் தொட்டுக் கொண்டிருக்கிற கார்த்திகை தினங்கள். நீண்ட குளிர்ந்த இரவுகள். சென்னையிலிருக்கும்போது வாங்கிய புத்தகங்கள் வாசித்துச் செமித்துப் போயின. எதையாவது இசை கேட்கவும், கவிதை கேட்கவுமாக மனம் திறந்து கிடக்கிறது.

இரண்டு தினங்களுக்கு முன் சமீபத்தில் Music Today வெளியிட்டிருக்கிற சௌராஸ்யா ஜஸ்ராஜ் நாடா நேற்றிரவு ரேடியோவில் பெயர் தெரியாத ஒரு இசைப் பறவையின் சிதார் இன்று சகலருடைய மகளிடமிருந்து திருடிக் கொண்டு வந்திருக்கிற முதல்வன் - அமர்க்களம் - நீ வருவாய் என பாடல்கள்.

ஜே.பிருந்தாவின் மழை பற்றிய பகிர்தல்கள் மனுஷ்ய புத்திரனின் இடமும் இருப்பும் மற்றும் உங்களுடைய ஒரு கிராமத்து நதி.

அப்பாவிடமிருந்து வாங்கி வந்திருந்தேன். ஏற்கனவே வாங்கி வந்தவுடன் துண்டுதுண்டாக வாசித்து முடித்து விட்டிருந்தேன் எனினும் இன்று ஒரே இருப்பில் மறுபடியும் வாசிக்கத் தோன்றியது.

வாசித்து முடித்தவுடன்தான் இதை எழுதுகிறேன். இதை ஒரு ஈரமான மௌனத்தின் நனைந்த திரைச் சீலை என்னைச் சுற்றித்

தொங்குகிற மழையிரவில் தான் வாசித்தேன். எனினும், இதை மௌன வாசிப்பு என்று சொல்ல முடியாமல், கணீர் என்கிற உங்களுடைய குரலே உங்கள் தொகுப்பை எனக்கு வாசித்துக் காட்டியது.

சனங்களின் கதை. மருதுவின் - ஆதியின் விரல்களால் நிறையக் குழுமூர் முகங்களை என் மேல் வரைந்துவிட்டுப் போனது போல், ஆத்துப் பொள்ளாச்சியில், ஆழியாற்றங்கரையில் என்னை நிறுத்தி உங்கள் குரல் ஒவ்வொருத்தராக அறிமுகம் செய்து வைக்கிறது.

ஓலையக்காள் பாட்டொலிக்கக் கிளியாஞ்சட்டி விளக்குகள் நகர்கின்றன. அருகம்புல்லிதழைச் சிரிக்க வைக்கிற அங்கம்மாக்காவும் அவற்றோடுதான் நகர்ந்துவிட்டாளா? அங்கம்மா வேறு கருப்பாயி வேறா. கருப்பாயி வேறு வள்ளியாத்தா வேறா. கோவாலுத் தாத்தாவுக்கும் நடுக்காட்டுப் பெரியசாமிக்கும் ஒரே முகமா, ஒரே மனமா, ஊமையன் யார், ராமையன் யார், பிஸ்ஸாம் பிஸ்ஸாம் பிறக்கிற கண்ணாத்தாள் உங்களுக்குப் பழனி ரயிலில் தென்படும் போது, வெள்ளச் சாமியார் இங்கே எங்கேயாவது தைப்பூச மண்டபத்தில் தவம் கிடக்க மாட்டாரா? நான் தாமிரபரணியில் முங்கி எழும்பும் போது அடுத்தமுறை தண்ணீர் ஒட்டுமா என் நெஞ்சுக் குழியில். எங்களுடைய அம்மாவுக்கு ஓடோடு சங்கிலி பாடத் தெரியுமா? இன்னும் தொங்குகிற ஊஞ்சலும், குருவி கொத்துகிற நிலைக் கண்ணாடியும் தானே எங்கள் வீட்டு மச்சின் எச்சம். அவரவர் எச்சத்தால் மட்டுமல்ல, அவரவர் நதியாலும் காணப்படுவோம் அல்லவா.

02.12.99 - **கல்யாண்ஜி**
திருநெல்வேலி